గ్రంథకర్త అనుమతి

దీనినెవరును ప్రదర్శించర

సోమనాథ విజయము

(ఆరు రంగముల నాటకము)

నోరి నర సింహ శాస్త్రి

సాహితీ సమితి

తెనాలి. గుంటూరు. బెజవాడ

సర్వ స్వామ్యములు
వారి నరసింహశాస్త్రిగారి

ప్రథమ ముద్రణము
రుధిరోద్గారి: ౧౯౨౪

బెజవాడ : శ్రీ శారదాభాండాగార
ముద్రాశాలయందు ముద్రితము

పీఠిక

ఈ నాటకములోని ప్రధానాభిప్రాయము గ్రంథకర్తదే కాని అది పరిశోధితవిషయాలు తెలిసినవాళ్లకు కొత్తది కాని, భారతసంస్కృతికి విరుద్ధమైనది కాని ఏమాత్రమూ కాదు.

అనంగపాలుడు మహమ్మదు గజ్నవీని జయించిన విషయము లక్ష్మణరావు "మహమ్మదీయ మహాయుగము" లోనుంచి తీసుకొనబడినది. సోమనాథలింగము ఆకాశములో ఉన్నట్లు ఈ కృతికర్త ఎరిగినంతమట్టుకు ఏ చరిత్రకారుడూ వ్రాసిఉండలేదు. కాని బాల్యములో ఎవరో చెప్పగా విన్నది మనస్సులో నాటుకొని ఊహాకు ఎక్కడమువల్ల ఆ అంశము స్వీకరించడమయినది. అటువంటి కథే మిత్రుడు శ్రీ కరణం శ్రీనివాసరావుగారు కూడా చిన్నప్పుడు ఉపాధ్యాయులవల్ల విన్నట్లు ఈ మధ్య చెప్పడము విచిత్రముగా ఉన్నది. అది లోహముతో నిర్మించిన చేతలింగ మనీ సూదంటురాళ్ల బలమువల్ల పాసిస ఆకాశంలో నిరాధారంగా శిల్పులు నిల్పినా

రనీ ఊహ. ఇంతేకాక చరిత్రకు విరుద్ధ మనదగిన ఇంకా కొన్ని స్వల్పాంశములు కల్పించడమయినది.

ఈ నాటకములో శ్రీ రవీంద్రనాథుని ఛాయలు పడ్డట్లు పూర్తి చేసినతర్వాత తోచినది. ఆ అనుమానము నిజమే ఐనయెడల అవి కేవలము అప్రయత్నమైన పని గ్రంథకర్త చెప్పేమాటలతో ప్రాజ్ఞులైనవారు తృప్తి పడ వచ్చును.

దీనిని గ్రంథకర్త స్వయముగా ఆంగ్లభాష లోనికినీ, బహుభాషా కోవిదులైన శ్రీ తల్లావఝ్ఝల శివశంకర శాస్త్రి గారు హిందీ బాంగ్లాభాషల లోనికినీ పరివర్తనము చేస్తున్నారు.

వైణికుడు నటుడు వక్త

అవిరతోత్సాహి ఐన ప్రియమిత్రుడు

శ్రీ వింజమూరి అనంతాచార్యులకు

అనురాగ పూర్వకముగా కృతికర్త

సోమనాథ విజయము సమర్పిస్తున్నాడు

ఒకటవరంగము

[సోమనాథదేవాలయపు తూర్పు గోపురద్వారమునకు ఎదట నున్న విశాలప్రదేశము. అంతటను ఉత్సవపుకోలాహలము. ద్వారమునకు కొంతదూరములో ఉత్సవోద్రేకముతో ధనవంతులగు ముగ్గురు పౌరులు ప్రవేశింతురు.]

మొదటివాడు

జయీభవ సోమనాథ!

రెండవవాడు

దిగ్విజయీభవ సోమనాథ!

మూడవవాడు

వందే సోమనాథ!

రెండవవాడు

దేవాలయ శిఖరముమీది సువర్ణకలశము సంధ్యాకాంతిలో రక్తకాంతులు వెదజల్లుతున్నది.

మొదటివాడు

త్రిపురాంతకుని రూపమువలె నున్న దీమ్లేచ్ఛధ్వంసియైన మహాదేవుని ఆలయము.

మూడవవాడు

ఈసంధ్యావేళలో తాండవించే సోమేశ్వరునిమూర్తి మీ కిప్పుడు తలపునకు రావడం లేదా? ఆ భ్రమణవేగమువల్ల పుట్టి ఈశ్వరుణ్ణి ఆవరించిన అగ్నిజ్వాలలను అనుకరించడము లేదా దేవాలయ మావరించిన ఈ అరుణ కాంతులు!

మొదటివాడు

అవునవును. నూతనంగా కట్టిన ఈ ప్రాకారము తాండవేశ్వరుని గజచర్మమువలె ఉన్నది. సోమనాథు డిప్పుడు ప్రళయతాండవము ప్రారంభించి ఉంటాడు!

రెండవవాడు

దిగ్విజయీభవ, సోమనాథ!

[బెదురు చూపులతో తడుముకొంటున్నవానివలె పారశీకుడు ప్రవేశించును.]

పారశీకుడు

అయ్యలారా!

మొదటివాడు

ఏమది?

పారశీకుడు

నాకు సిగ్గవుతున్నది. నేను ఈ దేశానికి కొత్త. ఈ కోలాహల మేమిటో నాకు దయచేసి తెలుపగలరా? ఇప్పటికి నేనడిగినవాళ్ళందరూ నవ్వి నన్ను వెళ్ళగొట్టినారు.

[మొదటివాడు పెద్దపెట్టున హేళనగా నవ్వును.]

రెండవవాడు

సోమనాథుని విజయోత్సవము ఎరుగనందుకు నీవు నిజముగా సిగ్గుపడవలసినదే.

మూడవవాడు

మీ దేశ మేమిటి?

పారశీకుడు

మాది పారశీకము.

మూడవవాడు

మా సోమనాథస్వామికి కానిక అర్పించడానికి వచ్చినావా?

పారశీకుడు

కాదు—

[మొదటి ఇద్దరు పౌరుల కన్నులలోనూ ముఖాలలోనూ కోపసూచనలు వ్యక్తమవుతవి. మూడవవాడు విస్మయము చూపి ప్రశ్నబోధకమైన చూపు చూస్తాడు.]

కాదు. సోమనాథుని సంగతి తెలుస్తే ఇవ్వాళ నిన్నిచోట్ల పరాభవాలు పొందడమెందుకు! అరబ్బులు మమ్మును మా దేశములో నుండి పారద్రోలగా ఇక్కడ తలదాచుకుంటున్నాము.

మొదటివాడు

అయ్యో! మీ దేశము వదలి వచ్చినావా? మా సౌరాష్ట్రము విడిచి వెళ్లడానికి మా ప్రాణాలొప్పవు

రెండవవాడు

ఎప్పుడైనా ఒకరోజు పనిమీద ప్రభాసపట్టణపు పొలిమేర దాటిఉంటేనే గుబులుగుబులుగా ఉంటుంది.

మూడవవాడు

అయితే, మీ దేవాలయాలు ఎట్లా విడిచి వచ్చినారు?

పారశీకుడు

మా కక్కడ విడిగా దేవాలయాలు లేవు- మా వసతి ఇళ్ళే మా దేవాలయాలు. విమతస్థులు మమ్ము అక్కడినుంచి బలవంతాన పార

దోలినప్పుడు వాటిని పిడచిరాళ చేసేదేమున్నది!

మూడవవాడు

అకౌన్యా!

రెండవవాడు

ఆలయము కట్టించ లేదని దేవునికి మీమీద కోపమువచ్చి ఉంటుంది.

మూడవవాడు

అరబ్బు లంటే ఎవరు?

పారశీకుడు

అరబ్బులా! ఇస్లాము మతస్థులు. వాళ్ళమనస్సులవలెనే వాళ్ళ మసీదులు శూన్యమైనవి. వాళ్ళ అల్లారూపము వాళ్ళ దేవాలయాలలో కాదు ఉండేది [illegible]నభక్తులచేతులలో మెరసే కత్తులే ఆ ఘనరూపము!

రెండవవాడు

మీ దేవుడెవరు?

పారశీకుడు

మేము సర్వోత్తముడైన అగ్నిని పూజిస్తాము!

రెండవవాడు

అగ్నియా! పూజార్హుడే, కాని మా దేవునికి సేవకులలో ఒకడు

మొదటివాడు

అగ్నిని మా శంకరుడు నొసట ధరించినాడు. ప్రసన్నుడై ఉన్నంతసేపూ ఆ అగ్ని నేత్రము కనపడదు.

పారశీకుడు

అగ్ని సర్వశక్తిమంతుడు. ఆయన వాంఛితమువల్లనే లోకము సృష్టించబడినది. ఆయన సమహిమచేతనే లోకము సజీవమై వెలుగుతున్నది. ఆయనశక్తియే-

రెండవవాడు

మిమ్ములనోడించి మీ దేశమునుండి వెళ్ళగొట్టినది-మీరు నివసించే ఇళ్లను భస్మము చేసినది.

[ఆలయములోనుండి సోమనాథస్వామి విజయఘంటా నాదములు వినవచ్చును.]

పారశీకుడు

[సిగ్గుతో తలవంచుకొని కన్నీటి బొట్టొకటి విడుస్తూ] అయ్యో!

మొదటివాడు

అట్లా అనరాదు. నాస్తికులైన మ్లేచ్ఛులు నగరకోట దేవాలయము కొల్లగొట్టలేదా? స్థానేశ్వరము ధ్వంసము చేయలేదా? మధురలో ఎన్ని ఆలయాలు భస్మము చేసినారు! ఈశ్వర స్థానాలు మనుష్యులు రక్షించుకోవలె గాని ఈశ్వరుడు రక్షించుకుంటాడా?

పారశీకుడు

వాళ్లే! వాళ్లే!

మొదటివాడు

వాళ్లంటే ఎవరు?

పారశీకుడు

నగరకోట స్థానేశ్వరము మధుర జయించినవాళ్లే మమ్మును మా దేశమునుంచి తరిమివేసినారు.

మూడవవాడు

ఏమిటి? మిమ్మును వెళ్లగొట్టినది ఈ మహమ్మదీయు లనబడే గోబ్రాహ్మణహంతలేనా?

రెండవవాడు

మా సోమనాథుని కటాక్షముచేత కలియుగ పరశురాముడైన అనంగపాలుడు వాళ్లను నిరుడే పారగోలి బ్రాహ్మణవర్ణానికి క్షత్రియశోభ ఘటించినాడు.

మొదటివాడు

స్థానేశ్వరము నగరకోటలలోవలె కాదు. మా సోమేశ్వరస్వామి సర్వశక్తిమంతుడు.

రెండవవాడు

ఈ ప్రభాసపట్టణములోని మహానటుడు మధురలోని జినదేవుని వంటివాడు కాదు.

మొదటివాడు

అనంగపాలుడు నిమిత్తమాత్రుడైనాడే కాని సోమనాథమహాదేవునికి మ్లేచ్ఛులను పారదోలడ మెంతపని!

మూడవవాడు

ఆయన సత్యము లోకానికి వెల్లడి చేయడానికి ఇప్పు డంతరిక్షములో నిరాధారంగా నిలిచినాడుగా! ఇంకా అంతకంటె ఏమి కావలెను?

[ఆమాటలను పౌరులు ముగ్గురూ కళ్లుమూసుకొని భక్తితో సోమనాథుని ధ్యానించి శిరస్సుపైకి చేతులెత్తి నమస్కరింతురు.]

పారశీకుడు

ఏమి టది!

మూడవవాడు

పూర్వము సోమనాథుని లింగము సముద్రతీరాన ఉండేది ఈశ్వరునికి సముద్రుడే స్వయముగా కగపరంపరలతో నిత్యాభిషేకము చేస్తూ ఉండేవాడు. మ్లేచ్ఛుడు వెనుకటి సంవత్సరము ఈఆలయముమీద కన్ను వేసినాడని తెలిసినపిమ్మట సోమనాథస్వామి తనమహత్వము చూపదలచి అంతరిక్షములో ఉండదలచినా నని కలలోభక్తులకు కనబడి చెప్పినాడు. అందువల్ల సహస్రగుణముగా సుందరమైన ఈ దేవాలయము కట్టించి అందులో గర్భాలయములో అంతరిక్షమందు ఆధారము లేకుండా లింగప్రతిష్ఠ చేసినారు. అత్యుత్సవమేగదా ఇది!

పారశీకుడు

ఇది దేవుని మహాత్మ్యము! ఏదో ఇక్కడ శిల్పులమహాత్మ్యమున్నదని వింటిని.

ముగ్గురూ

శాంతం పాపమ్!

మూడవవాడు

దుష్టుల నోటికి కడ్డము లేదు. వాళ్లనాలికలు పాములనాలికల వలె విషపూరితమైనవి.

రెండవవాడు

అల్లా అనేవారి నాలికలు [illegible] పోతవి!

పారశీకుడు

మన్నించండి! తెలియక నా చెవుల బడ్డదేదో అది ఆలోచనలే కుండా అన్నాను. మీకు కోపము కలిగించవలెననే ఉద్దేశ మేమాత్రమూ లేదు. క్షమించండి!

మూడవవాడు

క్షమించేది మేము కాదు. ఆసోమనాథుని యెడల చేసిన అపరాధము కృపానిధి ఐన ఆసోమనాథుడే క్షమించవలెను.

మొదటివాడు

ఇంతేకాదు. దుర్మార్గుల దురంతాలకు అంతులేకున్నది. సోమనాథుని కృపచేత అనంగపాలుడు గజినీని పరాభవించి కానుకగా ఇచ్చిన ధనముతో ఈశ్వరుని వైభవార్థము ఈదేవాలయముచుట్టూ బలిష్ఠమైన ప్రాకారము కట్టించినారు. మళ్ళీ మహమ్మదీయులు వచ్చి దేవాలయము ముట్టడించెయెడల సోమనాథ రక్షణార్థమీ గోడ కట్టించినారనికూడా ఒక వదంతి పుట్టించినారు. కాని సోమనాథస్వామి మనుష్యసహాయము కావలసినంత అసమర్థుడుకాడు!

రెండవవాడు

అట్లా పలికేవాళ్ళ జిహ్వాలు భస్మము చేయవలె!

పారశీకుడు

మీదేవుని పూజచేయడానికి నన్నుకూడా మీవెంట దయతో తీసుకొని పొండి!

రెండవవాడు

మ్లేచ్ఛులు దర్శనము చేస్తే మాదేవుడపవిత్ర మౌతాడు.

పారశీకుడు

ఐతే మా బోటి అభాగ్యులగతి యేమి?

మూడవవాడు

దేవునికి అపవిత్రత లేదు, కాని మ్లేచ్ఛులను మా దేవాలయము లోనికి రానియ్యడము మా ఆచారము ఒప్పదు.

పారశీకుడు

అచల మైన మీ దేశమే మాకు నిలవ నీడ ఇచ్చినదే! కరుణా సింధు వైన మీ ఈశ్వరుడు నన్ను దగ్గరకు రానీయడా? ఐతే నా గతి ఏమిటి?

మూడవవాడు

ఇక్కడనే ఉండి భక్తితో సోమనాథుణ్ణి మనస్సులో ధ్యానము చేసినా ఆర్తత్రాణుడు పాపాలు పోగొట్టుతాడు.

[ఒకానొక వృద్ధస్త్రీ చేతులెత్తి బిగ్గరగా రోదనముచేస్తూ ద్వారమువద్దనుండి వీళ్ల వైపు పరుగెత్తుకొని వస్తున్నది.]

పారశీకుడు

అయ్యో! నాకిది చేతకాదే, వృద్ధుడను! [అని విచారభారముతో మెల్లగా నిష్క్రమించును.]

మూడవవాడు

పాపము!— అమ్మా, ఏమి అట్లా ఏడుస్తా వీ ఉత్సవసమయం లో?

వృద్ధురాలు

వెళ్లగొట్టినారు, నన్నక్కడనుంచి గెంటివేసినారు!

మొదటివాడు

ఇంత వృద్ధాప్యములో ఉన్న నిన్ను ఎక్కడనుంచి గెంటివేసి నారు? గెంటివేసిన ఆ దుర్మార్గులు నీ ఆప్తులేనా?

వృద్ధురాలు

నా కాప్తు లెవరున్నారు? ఆప్తులుకారు. [దేవాలయ ద్వారము వంక చూపుతూ] వాళ్లు!

రెండవవాడు

[చిరునవ్వుతో] ఓహో! దేవాలయద్వార రక్షకులా?

మూడవవాడు

అమ్మా, కాస్త విశ్రాంతి తీసుకొని నీకథ మాకు విశదీకరిస్తావా?

వృద్ధురాలు

నే నాంధ్ర దేశమునుంచి సోమనాథుని అర్చించే నిమిత్తము వచ్చినాను నాయనా! చెట్లంతకొడుకులూ యుద్ధములో మారాజులకు ప్రాణాలు అర్పించినారు. ఆప్తులంతా చచ్చి ఈ లోకంలో ఒంటరిదాన్ని చేసి పోయినారు!

మూడవవాడు

అయ్యో, నీకూ ఆగతే పట్టినదా?

వృద్ధురాలు

కాశీ విశ్వనాథుణ్ణి సేవించి ప్రయాగ వచ్చి సౌరాష్ట్రములో జ్యోతిర్లింగమూర్తి నా ఆత్మలోని అజ్ఞాన తిమిరము హరించగల ఆప్తుడని ఈ సోమనాథ స్వామిమీద భక్తితో ఇక్కడికి వచ్చి నాను. భక్తుల పాలిటి ఈశ్వరుణ్ణి ధనికుల పాలిటి రాజునుగా

మార్చివేసినారు. ఈ ద్వారరక్షకు లేమిటి? ఈ ఛోటు లేమిటి? ఈ వేళ వేయి సువర్ణా లర్పించే వారికే కాని దేవ దర్శనానికి పోనీయ రట! ఇక మాబోటి పేద లేమి కావలెను!

మూడవవాడు

వెఱ్ఱిదానా! తొందరపడ్డు, కొంచె మోర్చుకో! పేదలందరూ ఈశ్వరదర్శనము చేసుకోగలందులకు కొన్ని వేళలు నియమించినారు గాదా! అందాకా ఓపిక పట్టి ఆగి ఉండలేకపోతివా?

వృద్ధురాలు

దేవ దర్శనానికి రాజ దర్శనానికి వలె వేళ లేమిటో? ఈవిధంగా పేదవాళ్ళుదర్శించడానికి నియమితవేళ లుంటేనూ ధనికులకుమాత్రమే దేవు డన్ని వేళలా ఆదరిస్తేనూ మానవమాత్రుడైన రాజుకూ దీనరక్షకుడైన ఈశ్వరునకూ భేద మేమున్నది!

మూడవవాడు

అవునమ్మా! ఈశ్వరుని భోగము ఈలోకంలో రాజభోగము వంటిదే! పాపము అంతదూరమునుంచి వచ్చి ఆశాభంగము పొందినందువల్ల నీమతి కొంచెము చలించినట్లున్నది. మాతో వస్తే నీకు దేవదర్శనము చేయిస్తాము. రా!

రెండవవాడు

పిచ్చిది! వెఱ్ఱిభక్తి!

మొదటివాడు

[తూర్పుప్రక్క చూసి] ఏమిటా సందడి!

రెండవవాడు

ఎవరో సంపన్నుడు స్వామిపాదాలకు కానిక లర్పించబోతున్నాడు. సేవకులు తోవచేస్తున్నట్లున్నది.

భటుడు

[ప్రవేశించి బిగ్గఱగా] ఉజ్జయినీ రాజకుమారుడూ, స్వామివారి సన్నిధికి వేంచేస్తున్నాడు. తొలగండి! తొలగండి! [అనితన రజత వేత్రముతో జనసమ్మర్దమును సద్దును.]

[ముగ్గురు పౌరులు వృద్ధురాలు కూడా పక్కకు ఒత్తిగిలవలసి వస్తుంది. ఉజ్జయినీ రాజకుమారుడు రాజచిహ్నములతో రథము మీద వేగముగా దేవాలయద్వారము వైపుకు దాటిపోవును.]

మొదటివాడు

ఏమాగర్వము!

రెండవవాడు

అదా, ఐశ్వర్య మదము! ఈశ్వరుని వద్దకు వెళ్లడాని కంత సంరంభ మెందుకో!

మూడవవాడు

బాబులారా! ఎందుకు మీ కంత కోపము! ద్వారమువద్ద ఆ రాజపుత్రుడు రథము దిగి పాదుకలు విడచి పాదచారివై దేవదర్శనార్థము వెళ్ళుచున్నాడడుగో! కవికుల కల్పవృక్షుడైన భోజుని కుమారుని కింతిమాత్రము తెలియదా? మనమూ వెళ్ళుదాము!

[వాళ్లందరూ ఆలయద్వారము సమీపించినారు.]

ద్వారరక్షకులు

మీ రేమి కానికలు తెచ్చినారు?

పౌరులు

మా శక్త్యనుసారము,

ద్వారరక్షకుడు

ఐతే ఒక గడియసే పోగవలె! అప్పుడు మీ కానికలర్పించ వచ్చును

మూడవవాడు

ఇంకా ఇప్పుడు వెళ్లరాదా ఏమి?

ద్వారరక్షకుడు

అంత తొందర ఏమి? మీ కానుకలందు కోకుండానే సోమనాథుడు ఇంకా కొంతసేపు ఆగి ఓర్చుకొని ఉండగలడులెండి! దోవ కడ్డముగా నిలుచోబోకండి!

[పరాభవము పొంది పౌరులు వెనకకు తిరిగి వస్తూ ఉంటారు. అప్పుడు సోమనాథుడు ఉన్మత్తవేషముతో అకస్మికముగా ప్రవేశించును. కొంతసేపు రొళ్లుపడి ఆగిపోవును.]

సోమనాథుడు

సోమేశ్వరునికి కోపము వచ్చినది! ఆయనకు సంకెళ్లు వేసినారు. ఆయనను కారాగృహంలో బంధించినారు. ఆయన ఇక ఇది ఎన్నాళ్లో ఓర్వడు. శత్రుపక్షంలో చేరబోతున్నాడు. భక్తులంతా ఈశ్వరుణ్ణి విడిపించక ఊరుకుంటారేమి?

మొదటివాడు

[నివ్వెరపాటుతో] ఏమి టది!

రెండవవాడు

[నివ్వెరపాటుతో] ఏమి టది!

మూడవవాడు

[నివ్వెరపాటుతో] ఏమి టది!

సోమనాథుడు

ఏమిటని అట్లా ఊరుకుంటారేమి? ఈ అర్చకులు ఈశ్వరుణ్ణి బంధిస్తున్నారు. సముద్రతరంగాల నిసర్గనిత్యాభిషేకంతో తృప్తిపడుతూ ఉండే గంగాధరుని కీఆడంబర మెందుకు? భక్తు లందరికీ అందుబాటులో ఉండవలె ననుకున్న దయామయుణ్ణి సంపన్నులు తమవాణ్ణి చేసుకోవలె నని ప్రయత్నిస్తున్నారు. వాళ్ళ ఆశాపిశాచము మానవులను బానిసలు చేసుకోవడముతో తృప్తితీరక భూతేశుని కూడా చెనక బోతున్నది. భక్తుల కందరికీ సోమనాథుని అవస్థ ఇంకా తెలియలేదా ఏమిటి?

వృద్ధురాలు

మహాత్మా, నేను నీ శిష్యురాలను! నన్ను వెళ్లగొట్టడాని కీద్వారపాలకులకు సోమనాథస్వామి అధికార మిచ్చినాడా? దేవుడు వర మిచ్చినా పూజారి వరమియ్యడు!

సోమనాథుడు

దేవకార్యానికి అంతా పెద్దలే. ఒకరి కని ప్రత్యేకించి అధికార మెవ రిచ్చినారు? ఈ అర్చకుల ఆశకు మితము లేకున్నది.

వృద్ధురాలు

లేదు, లేనే లేదు. మహాదేవుని అల్పదేవుణ్ణిగా మార్చివేసినారు స్వామీ!

రెండవవాడు

ఈ సోమనాథుడు ప్రధానార్చకులలో ఒకడు కాడా?

మొదటివాడు

ఏమిటో, ఆ అర్చకులలో ఏమి పోట్లాటలు వచ్చినవో!

రెండవవాడు

వదంతులలో కొంత నిజమే ఉన్నదేమో! అసలేదో రవ్వంత నిజమైనా లేనిది ఊరికే వాదులు పుట్టునా?

మూడవవాడు

తొందర పడకండి! [సోమనాథునితో] అయ్యా, సోమనాథా! ప్రధానార్చకులలో ఒకరైన మీరే ఈ విధము ఆ అర్చకులమీద దాడి వెడలినా రేమి?

సోమనాథుడు

సోమేశ్వరుని ఆజ్ఞ! స్వామి ఈ అలంకారాలతో అలసి పోయినాడు. ఈ వైభవముతో ఆయన శిరస్సు బద్దలవుతున్నది. రుద్రునికి కోప మంకురించినది. యథాప్రకారము జ్యోతిర్లింగము సముద్రతీరాన ఆలయంలో ప్రతిష్ఠించితేనేగాని సోమేశ్వరుని కోపము శాంతించదు.

మూడవవాడు

సోమనాథస్వామికి భక్తిశ్రద్ధలు చూపడ మాయన కిష్టము లేదా? మీకు మతి కొంచెము భ్రమించలేదు కదా!

సోమనాథుడు

నాకు పిచ్చి ఎత్తినదని అంతా అంటున్నారు, నిజమే. సోమేశ్వరునికి మళ్ళీ స్వేచ్ఛ కలిగే దాకా మృత్యుంజయునికి జయము

కలిగే దాకా నాకు పిచ్చి వదలదు. [అంటూ సోమనాథుడు నిష్క్రమించును.]

వృద్ధురాలు

జయసోమనాథ!

ముగ్గురు పౌరులు

[అప్రయత్నముగా] జయ సోమనాథ!

[ఒక పెద్దగంట గణగణ మోగుతున్నది. వెంటనే కలకలము ప్రారంభించినది. "దేవదర్శనానికి అందరూ వెళ్ళవచ్చును" అనే కేకలు వినబడుతున్నవి]

మూడవవాడు

[వృద్ధురాలితో] అమ్మా! ఈకలకలము కొంచెము తగ్గిపోయిన తర్వాత లోపల ప్రవేశించుదాము. ఈ సందడిలో జనముఒత్తిడికి నలిగిపోతాము

వృద్ధురాలు

బందిఖానాలో ఉన్న సోమనాథుణ్ణి చూడకపోతే మాత్రమేమి? చూచి శోకించడానికే గదా!

[దేవాలయములో భక్తులు గణగణ మోగిస్తున్న గంటలధ్వని వినవస్తున్నది.]

మూడవవాడు

ఆ గంటలు విను! వెర్రిదానా, ఆ ఉద్రేకపూరితుని మాటలచేత పిచ్చిదానవు కావద్దు! ఆ ఘంటాధ్వనిలో ఈశ్వరుని పిలుపు నీకు వినరావడం లేదా? నీకు సోమనాథుని దర్శించవలెననే ఉద్వేగము అతిశయించడము లేదా? ఉద్రేకపూరితుని మాటలతో పిచ్చిదానవు కాబోకు!

వృద్ధురాలు

ఉద్రేకపూరితుల జిహ్వాలమీదనే గదా భవుడు నాట్యమాడేది!

మూడవవాడు

అవుగాక! ఆ ఉద్రేకపూరితుల జిహ్వాలే అసంబద్ధ ప్రలాపాలకు ఆటపట్టు లనే సంగతి మనము మరిస్తే ఎట్లాగు?

రెండవవాడు

కాకపోతే సోమనాథునికి సంకెళ్లు వేసినా కనడ మేమిటి?

మొదటివాడు

ఏమో లే!

[ముగ్గురుపౌరులూ దేవాలయద్వారమువైపుపరిక్రమింతురు. వృద్ధురాలుకూడా సందేహముతో అడుగులు వేస్తున్నది. జనులు దేవాలయమునుంచి వచ్చేవారూ, లోపలికి పోయేవారుగా ఉన్నారు.]

ఒకడు

అయ్యో! నన్ను వీపు పగిలేటట్లు భటులు కొరడాలతో కొట్టినారు!

ఒకతె

నేనే నాకర్రదెబ్బతోనే అవతల పోయి పడ్డాను.

ఒకరు

నాకు దేవదర్శనము చక్కగా ఐనది.

ఒకరు

అంతరిక్షములో ఉన్న స్వామి ఎంత కనులపండువుగా ఉన్నాడు! ఏ మాయన సత్యము!

ఒకరు

ఏమోగాని నాకీశ్వరుమాత్రము అట్లా కనబడలేదు. చీకటిలో ఉండడము వల్ల కాబోలును. జ్యోతిర్లింగస్వరూపము కాంతితగ్గినట్లు గాకనిపించినది. సోమనాథుడు తనపూర్వాలయంలోనుంచి మూర్ఛకందుకు చింతిస్తున్నాడేమో!

["ఛా! అతనినోరుమూయండి! రాళ్ళురువ్వండి! ఛాం! ఛా! ఛాం!" అనేధ్వను లంతటాకొంత సేపు వినబడి నెమ్మదిగా శాంతిపొందుతవి]

ఒకరు

[కుంటుతూ] అయ్యో! తొక్కిడిలో నాకాలు నలిగిపోయినది!

ఒకరు

ఒత్తిడికే ఒక శిశువు నలిగి ప్రాణాలు సోమనాథునికి బలియిచ్చినదనికూడా అనుకుంటున్నారు. పాపము! శాస్త్రప్రధిగానే తప్పు అంతా దేవదర్శనార్థము వెళ్లవీలు లేదాయె మరి!

ఒకరు

శిశువు చనిపోవడము ఆశ్చర్యమేమిటి? మనబోటివాళ్లకే ప్రాణాలు కసిబట్టితేను!

ఒక స్త్రీ

నా చంద్రహారము పోయినది. భర్తకేమని జవాబు చెప్పేది!

ఒక స్త్రీ

నా చెలికత్తె స్తనములు నలిగి చిదికిపోయిన వనుకున్నాను! ఏమమ్మా, అయ్యో! ఎప్పుడూ ప్రాతస్సమయంలో కూడా ఇంత ఖిన్నవై నీవు కనిపించలేదే!

వృద్ధురాలు

దేవాలయములోనికి నే నిక రాను. అయ్యలారా, విూకిష్టముంటే విూరు వెళ్లవచ్చును. నన్నిక్కడ వదలండి!

మూడవవాడు

దూరదేశము నుండి వచ్చినారు! జనసమ్మర్దము పెరిగినది. నామాట విని మావెంటరా!

వృద్ధురాలు

నేను రాను. ఇంతటి దురంతాలు జరిగినచోట నాఅడుగు మోపను. వృద్ధురాలనుకుంటూ వెళ్లిపోయిన ఆపారశీకుని వలె నాప్రాణాలు ఇక్కడనుంచే సోమేశ్వరునికి అర్పించుకుంటాను.

ముగ్గురు పౌరులు

చెప్పితే వినదామె! ఏం చేస్తాము!

[పౌరులు దేవాలయములోనికి, వృద్ధురాలు తూర్పుదిక్కుగానూ నిష్క్రమింతురు.]

రెండవ రంగము

[దేవాలయములో మంటపముమీద ఏడుగురు ప్రధానార్చకులూ మహాంతూ సభ. ఒక శూన్యాసన మున్నది. సభకు చేరువనే మంటపముక్రింద భటు డొక డున్నాడు.]

మహాంతు

[శూన్యాసనము వంక చూచి] సోమనాథుడు రాలేదు కాదా?

భటుడు

రాలేదు.

ఒకటవ అర్చకుడు

అతని విషయము చాలా గోలగా చెప్పుకుంటున్నారు.

రెండవ అర్చకుడు

అతడు ప్రజలకు మన అందరితో విరోధము ఉద్బోధిస్తున్నాడటగా!

నాల్గవ అర్చకుడు

సోమనాథునికి సంకెళ్ళు వేసినందుకు ఈశ్వరునికి కోపము వచ్చినదని కేకలు వేస్తున్నారు.

ఐదవ అర్చకుడు

పాపము, భక్తి పారవశ్యముచేత అతనికి మతి చెడ్డట్లున్నది

ఆరవ అర్చకుడు

ఇతడు ప్రధానార్చకులలో వాడు కావడము మన కందరికీ తల వంపులుగా ఉన్నది.

అల

ఏడవ అర్చకుడు

స్వామి పునః ప్రతిష్ఠ తలపెట్టిన దాది అతని మీద మన స్నేహితులకు కలత జారినది.

మహాంతు

మేమూ వింటూనే ఉన్నాము.

మూడవ అర్చకుడు

సోమనాథుని మాటలు ప్రజల మనస్సులలో నాటుకొని భావాతీతమైన విప్లవము కలిగిస్తున్నవి.

నాల్గవ అర్చకుడు

అతని కేకలకు కొందరు మాత్రము రాళ్లు విసరినప్పటికీ ఎందరో దాసానుదాసులై అతని శరణు చొచ్చుతున్నారు.

ఏడవ అర్చకుడు

అతని ప్రవర్తనము భయంకరముగా ఉన్నది.

మహాంతు

మాకే అతడు వెరపు కలిగిస్తున్నాడు.

రెండవ అర్చకుడు

[ఆశ్చర్యముతో] ఏమిటి!

ఆరవ అర్చకుడు

ఈ సోమనాథుణ్ణి నోరెత్తకుండా అణిచి పెట్టవలెను. అతని పిచ్చిమాటలకు భయపడి మన ఈశ్వరునికి వైభవము ఎక్కువ చేసి మన భక్తి చూపక ఊరకుంటామా?

రెండవ అర్చకుడు

అదిగాక స్వామి పునఃప్రతిష్ఠను అర్చకులు వేయిమంది బహిరంగసభలో ఆమోదించినారు గాదా! ఇక ఈ ఒక్క సోమనాథుడు దాని నాటంకపరచడానికెవడు?

మహాంతు

నిజమే, కాని సోమేశ్వరునికే ఈ పునఃప్రతిష్ఠ ఇష్టము లేదేమో!

ఏడవ అర్చకుడు

సముద్రతీరాన స్వయంప్రకాశుడైన సోమనాథుడు ఈ నూతనాలయప్రవేశము అంగీకరిస్తాడా?

ఆరవ అర్చకుడు

సోమనాథేశ్వరుడే స్వయముగా ఎందరికో స్వప్నములలో సాక్షాత్కరించి తన సత్యము ప్రకటించడానికి నూతన దేవాలయసృష్టి కోరినాడు గదా!

మహాంతు

ఏమో, కల లన్నీ నిజములా?

రెండవ అర్చకుడు

తమకు ఈశ్వరుడు స్వప్నములో ప్రత్యక్షమై తనవాంఛ తెలిపినట్లు ఇదివరకే సెలవిచ్చి ఉన్నారుకదా!

మహాంతు

అవునుగాక! మా కెన్నాళ్ళుగానో ఉన్న కోరిక భావనాబలంచేత స్వప్నంగా పరిణమించి సాక్షాత్కరించి మోసగించిఉండకూడదా?

రెండవవాడు

అంతేగాక ఇంకా ఎన్నో నిదర్శనాలుకూడా కనపడ్డాయిగదా!

మహాంతు

అవును కాని దీనికి ప్రస్తుత ముపాయ మాలోచించవలసి ఉన్నది. యాత్రికులలో విప్లవము కలిగినతర్వాత ఈదేవాలయమురక్షించుట అసాధ్యము. మా వ్యయప్రయాస లన్నీ వ్యర్థ మవుతవి.

ఆరవ అర్చకుడు

దీని కింత ఆలోచన ఎందుకు? నాస్తికుడై ఈశ్వరదూషణ చేస్తున్న సోమనాథుని శిరశ్ఛేదము చేయించుదాము. మన నిరంకుశత్వాను నిక్కడ అడ్డగించ సాహసించేవా రెవరు!

కొందరు అర్చకులు

[భయముతో] అంతపనా?

మహాంతు

మన మంత తొందరపడరాదు. ఆశిక్షపొందదగినంత తప్పుసోమనాథు డిప్పటికి చేయలేదు. అదిగాక యాత్రికుల కది ఉన్మాదము కలిగిస్తుంది.

ఒకటవ అర్చకుడు

సామ మవలంబించుదాము.

మహాంతు

మన ఉద్దేశమూ అదే. మంచిమాటలతో స్వాధీనము కాకపోతే దండించవచ్చును. ఐనా నాకిదంతా ఏదో కంపరము పుట్టిస్తున్నది.

[సభవారంతా ఆశ్చర్యము స్ఫుటపరతురు.]

ఐదవ అర్చకుడు

ఐనా ఇంత మనోహరమైన నూతన దేవాలయ నిర్మాణానికీ, అద్భుతోత్సాహమైన ఈపునఃప్రతిష్ఠకూ చాలినంత శాంతి జరిగినట్లు లేదు.

మూడవ అర్చకుడు

ఆ అసంతృప్తి వల్లనే ఈశ్వరుడు సోమనాథునినోట నట్లా పలికిస్తున్నాడేమో!

ఆరవ అర్చకుడు

ఆర్యులీలాగున సెలవీయడమువల్ల నా కాశ్చర్యమవుతున్నది! ఈ శాంతి చాలదా? ఈశ్వరునికి కోటి పూజలు చేయించినాము. పూజా పుష్పాలకే పదివేల సువర్ణాలు, హారతులకు వేయీ ధూపద్రవ్యాలకు లక్ష సువర్ణాలూ ఖర్చు చేసినాముగదా! దేశదేశాలలో ఉన్న ప్రవీణులంతావచ్చి నృత్తగీతవాయిద్యాలు అర్పించినదీ వాళ్లకు మనమిచ్చిన బహుమానములూ చేసిన సన్మానాలూ మనమందరమూ కళ్లార చూసే ఉన్నాము. లక్ష బ్రాహ్మణ్యానికి సంతర్పణ జరిగినది. కోటి దీపాలు వెలిగించినాము. నిన్న ధనికులు తెచ్చిన కానికలే పది కోట్ల సువర్ణాలైనవి. బంగారుగంటల మంజునాదములతో రాత్రింబవళ్లు దేవాలయము మారుమోగుతున్నదే! అంతా మన మెరిగినదే. ఇంకా ఏమి కావలెనో నాకు తోచకున్నది.

మహాంతు

అవును మరి.

భటుడు

దేవరా, సోమనాథు డిట్లా దయచేస్తున్నాడు.

మహాంతు

రానిమ్ము. నేనే అతనితో మాట్లాడుతాను.

[ఉన్మాద వేషముతో వెనుకటివలెనే సోమనాథుడు ప్రవేశించును.]

మహాంతు

[శూన్యాసనమువంక చూపుతూ ఆదరముతో] ఇక్కడ ఆసీనుడవు కమ్ము!

సోమనాథుడు

నా కాసనములతో పని లేదు. సుఖాసీనుడనై ఉండడానికి నా మనస్సిప్పుడు సంతోషముగా లేదు.

మహాంతు

ఈ విచిత్ర మేమిటి సోమనాథా! ఇట్లా మారిపోయినావు. ఈ సభలో నీవు కూర్చుండి మా కెన్నిసారులు అమూల్యమైన మంత్ర మాదేశించి ఉండలేదు! అది ఇప్పుడు నిరాకరించడము ధర్మమా?

సోమనాథుడు

ధర్మ మేమిటి? సోమనాథుని ఆదేశముకంటె నాకిప్పుడు వేరే ధర్మ మేమీ కనబడడము లేదు. ఈశ్వరాదేశ మీ సభను నిర్మూలించవలెనని ఉన్నది.

[అందరూ వెరపుతో ఆసనములనుంచి సగము లేచి మళ్లీ కూర్చుందురు.]

మహాంతు

ఆర్యా, కొంచెము శాంతించుము. శివ మెత్తినవానివలె మాట్లాడుతున్నావేల? సోమనాథా, నా ప్రార్థనవిని ముందీ ఆసనమువిూద

కూ

ఉపవేశించుము. నిద్ర లేకపోవడమువల్ల ఆనన మెంత చిన్నబోయి ఉన్నదో కాస్త ఇటు చూడుము!

సోమనాథుడు

అయ్యో!—

మహాంతు

మరి నీ అభిప్రాయ మేమిటి?

సోమనాథుడు

ఈ దేవాలయమునూ ఈ కోటనూ నిర్మూలించి సోమనాథేశ్వరుణ్ణి యథాస్థానములో సముద్రతీరాన ప్రతిష్ఠించండి. ఈశ్వరుని శిరస్సులోని సోముణ్ణి మళ్ళీ సముద్రుని బాహువులకు స్పర్శసాధ్యుణ్ణిగా చేయండి. సూర్యచంద్రుల కాంతికి దూరుడయ్యేందుకు సోమనాథుడు అంతఃపురస్త్రీ కాడు. ఈశ్వరుని బంధాలు ఛేదించండి. అప్పుడు నేను యథాస్థానంలో కూర్చుండి శాంతముగా మాట్లాడుతాను. అందాకా నాకు శాంతి లేదు. అందాకా నాకు నిలకడ లేదు.

మహాంతు

ఏమిటీ పిచ్చితలంపు?

సోమనాథుడు

సోమనాథేశ్వరుని ఆజ్ఞ ఐనది. ఈ మార్పులపైన ఈశ్వరునికి కోపము వచ్చినది.

ఆరవ అర్చకుడు

[నవ్వుతూ పక్కవానితో నెమ్మదిగా] తనకే ప్రత్యేకించి ఈశ్వరుడు తన కోరిక చెప్పినట్లే మాట్లాడుతున్నాడే!

మహంతు

ఏమిటి? సోమనాథునకీ వైభవము ఇష్టము లేదా? భక్తులాయన కీర్తి దిగంతముల వ్యాపింపచేయడ మిష్టము లేదా? ఆయన విజయఘోష స్వామికి సమ్మతము కాదా? మేము పూజించే పువ్వులతో సోమనాథుడు నిండిపోతున్నాడు. మేము వేసే ధూపాలకు లోకమంతా సువాసనతో వాసిస్తున్నది. మంగళహారతుల దివ్యగంధ మంతటా అలముకుంటున్నది. నిరంతరము మోగించే ఘంటానాదములు దిగ్దంతుల చెవులలో ప్రతిధ్వనిస్తున్నవి. మేము వెలిగించే దీపకోటి వెన్నెల ఆకాశాన నక్షత్ర కాంతులను గేలిచేస్తున్నది. ఈసంతర్పణలు ఈభజనలు ఈసంకీర్తనలు ఈదానాలు ధర్మాలు అంతా నీవు చూడడంలేదా? ఈనూతన దేవాలయంలో ఈశ్వరునికీలోకంలో కైలాసము నిర్మించినాము. భక్తులిచ్చిన కానికల సువర్ణరాసులు పరమేశ్వరునికి విహారయోగ్యమైన కనకాద్రులైనవి! ఇందుకా ఈశ్వరునికి మామీద కోపము! మాకున్న భక్తికా ఈశ్వరునికి కోపము!

సోమనాథుడు

అవును! పల్లవానికి గొంతువరకూ భోజనము కూరే మూర్ఖమాతృప్రేమవలెనున్నది మీభక్తి! మీరు పూజచేసే పువ్వులతో ఈశ్వరునికి ఊపిరి చెరపడంలేదు. మీరుచేసే విజయఘంటాధ్వనులతో ఆపరమాత్మని చెవులు బ్రద్దలవుతున్నవి. మీదీపకాంతుల కతనికళ్లు మిరుమిట్లుకొంటున్నవి. మీధూపగంధాలతో అతనికి తలనొప్పి పుట్టుతున్నది. సర్వదా భక్తులకు ప్రసన్నుడయ్యే అతనికి మీరు నిర్మించిన దేవాలయము చెరసాల ఐనది. మహాకాలుడిది ఇక భరించడు. ఇన్నాళ్ళూ మీమీద జాలిచేత ఓర్పుపూని ఉన్నాడు.

ఆయన ఆలయమునిండా రాసులుగా పేరుకొని ఉన్న సువర్ణమంతా భస్మము చేసి దేహాన ధరించి తాండవించక ఇంకా ఎక్కువకాలము ఊరుకోడు. ఈశ్వరునికి స్వేచ్ఛ యథాప్రకార మియ్యండి!

[ఇంతసేపూ సభ్యులంతా పాత్రానుసారముగా వివిధభావాలు చూపుతారు.]

రెండవ అర్చకుడు

[హాసముతో పక్కవానితో నెమ్మదిగా] పాపము, సోమనాథస్వామి ఈ సోమనాథుణ్ణి శరణు చొచ్చినట్లున్నాడే!

మహాంతు

సోమనాథా, నీవు ప్రాకృతజనునివలె మాట్లాడుతున్నావు. మన మిప్పుడు చేసినదానిలో శాస్త్ర విరుద్ధమైన కార్య మేదీ లేదు. విద్వచ్ఛిఖామణి వైన నీ కింతమాత్రము తెలియదా?

సోమనాథుడు

సోమనాథుడు విద్వాంసుల బానిస కాడు, శాస్త్రముల బానిస కాడు, ధనికుల బానిస కాడు. ఆయన కంతా ఒకటే. శ్మశానసంచారి కీ భోగ మెందుకు? కపాల మాలాలంకృతుని కీ వైభవ మెందుకు? భస్మప్రియుని కీదివ్యానులేపనా లెందుకు? నగరకోటలో వలెనే, స్థానేశ్వరములో వలెనే—

మహాంతు

ఏమి, నీకు పూర్తిగా మతి చెడినట్లున్నదే! నీవుకూడా చండాల హరదత్తునివలె మ్లేచ్ఛమతములో చేరినావా ఏమి? [సభలో హాహా కారములు] అక్కడ దుర్మార్గుడైన మ్లేచ్ఛుడు అస్పృష్టపశము

చేత్తో జయశాలి ఐ దేవ సహితముగా దేవాలయ ధ్వంసము చేసిన మాట నిజమే.

సోమనాథుడు

మ్లేచ్ఛునికి దేవధ్వంసము చేయదరము కాదు. భక్తులే తమ ఈశ్వరుణ్ణి మరచి పోయి ధ్వంసము చేసుకుంటారు. శత్రువుకు విరోధించి నిర్వహించ సాధ్యముకానిది మిత్రుడు ప్రేమతో సుతి సూత్రముగా నిర్వర్తిస్తాడు. ఇక్కడా అంతే కాబోతున్నది.

[హాహా కారములు సభలో ప్రబల మవుతవి.]

మహాంతు

సోమనాథా, అంత కంతకు విచ్చల విడిగా మాట్లాడుతున్నావు. ఇట్లా ప్రేలి మహా పాపము కట్టుకోవద్దు!

సోమనాథుడు

అవును, ప్రేలుతున్నాను, వాగుతున్నాను. మీ ఇష్టము వచ్చినట్లు నన్ను దూషించండి, కాని నామాటలు వినండి. ఈ స్థూల రూప పూజచేత ఈశ్వరుణ్ణి మీరు పూర్తిగా మరచిపోయినారు. ఇంతటితోనైనా మీరు తెలిసి తెచ్చుకోకపోతే ఈశ్వరుడే తన విగ్రహ ధ్వంసమిచ్ఛయించి మీకు తనను జ్ఞాపకము చేసుకుంటాడు.

అంతా

(ఒక్కసారిగా) విగ్రహ ధ్వంసమా!

ఆరవ అర్చకుడు

[పక్కవానితో నెమ్మదిగా] సోమనాథుని కిక గోమాంసము తినడమే ఒకటి కొదవగా ఉన్నది!

సోమనాథుఁడు

[నిశ్చలముగా] అవును, విగ్రహధ్వంసమే! భక్తులు తనవిగ్రహ పూజచేత తననే ధ్వంసము చేస్తూ ఉంటే, ఈశ్వరుడు శత్రువుల లోచేతి తన విగ్రహధ్వంసము చేయించుకొని నిజస్వరూపము భక్తులకు చూపుతాడు. [అంతా చెవులు మూసుకుంటారు.]

మహాంతు

హర హరా! మే మీ మాటలు వినలేము!

రెండవ అర్చకుడు

[వినబడీ వినబడకుండా] సోమనాథుని ఈ నూతన సిద్ధాంతము బౌద్ధ జైన సిద్ధాంతములనుకూడా తలదన్నిపోయినదే!

సోమనాథుఁడు

ఈశ్వరుడు మ్లేచ్ఛపక్షము చేరినాడా అతని ముందుమీ సేనలన్నీ వేగ ఎదటి పిచ్చుకలవలె భూమికి పడిపోతవి!

మహాంతు

శివ శివ! మే మీకిరాతకపు మాటలు వినలేము! ఇట్టివాక్కులుచ్చరించి ఎట్టిశిక్షకు పాత్రుపైనావో నీకు తెలుసు ననుకుంటాను.

ఆరవ అర్చకుడు

[వినబడి వినబడకుండా] సోమనాథుని ఉపమానాలుకూడా తగినట్లు కిరాతులవే వస్తున్నవి.

సోమనాథుఁడు

కాని నామాటలు విననందుకూ మీరు అజ్ఞానంవల్ల చేస్తున్న కిరాతకకృత్యానికి పశ్చాత్తాపపడే సమయము రాకపోదు. సోమ

నాథుడు ప్రళయ తాండవము చేసేటప్పుడైనా మీ కీమాటలు జ్ఞాపకము రాకపోవు. మీరు వినకపోతే ప్రజలైనా వింటారేమో చూస్తాను.

[మాట్లాడుతూనే అకస్మాత్తుగా నిష్క్రమించును. సభ్యులంతా నిశ్చేష్టులై నిమిషమాత్రము నిర్వాక్కులుగా ఉంటారు.]

మూడవ అర్చకుడు

[గద్గద స్వరముతో] సోమనాథుని మాటలకు నా ఒళ్ళు వణుకుతున్నది!

ఏడవ అర్చకుడు

నాకు దేహాన చెమటలు పోస్తున్నవి.

ఐదవ అర్చకుడు

సోమనాథుని స్వరము చూడగా అతని మాటలు ఈశ్వరుడు పూనినవాని మాటలలాగా ఉన్నవి.

రెండవ అర్చకుడు

అయ్యలారా, ఇది భయపడే సమయము కాదు.

ఆరవ అర్చకుడు

ప్రస్తుత మా ఉన్మత్తుని మాటలకు వెరవక కర్తవ్య మాలోచించవలసి ఉన్నది. అతని నోరు కట్టిపెట్టే ఉపాయమేమిటి? ఈమాటలకే జడిసే యెడల మన జడుపు కిక అంత ముండదు. సోమనాథుని కృపవల్ల ఈ కోట ఉన్నంతవరకు లక్షమంది మ్లేచ్ఛులు వచ్చినా మన సోమేశ్వరుణ్ణి రక్షించుకోగలము.

నాల్గవ అర్చకుడు

సోమనాథుని మాటలలో కూడా కొంత సత్య మున్నట్లున్నది. అతను వట్టి పిచ్చివాడు కాడు.

మహాంతు

అందువల్లనే నాకొకటి తోస్తున్నది. ఈశ్వరునికి ఈపూజతో తృప్తికలగలేదు. సోమనాథుడు ఆవేశములో చెప్పుతున్నాడే కాని ఈశ్వరునిఅసంతుష్టి పూజవిషయమై ఎన్నటికీ కానేరదు. ఈసేవ చాలదు. కాబట్టి నిరపాయంగా ఉండగలందులకై ఈఆలయంలో నేటినుంచి నిన్నటిసేవకు అన్నివిధాలా దశగుణంగా సేవలు చేయించుదాము. ఇక కాకపోతే, సామాన్యయాత్రికులంతా దేవదర్శనము చేసేవేళ ఇంకొక రెండు గడియ లెక్కువ చేస్తాము.

ఐదవ అర్చకుడు

ఈ ఊహాదివ్యంగా ఉన్నది.

ఆరవ అర్చకుడు

బృహస్పతికి కూడా ఇంతకంటె గొప్పబుద్ధి ఉండదు.

[కొందరు సంపూర్ణామోదమూ కొందరు అర్థాంగీకారమూ తమముఖాలలో రకరకాలుగా చూపుతారు.]

మహాంతు

సభవారి కిది అంగీకారమే అనుకుంటాను.—ఎవ రాసంభ్రమంగా వచ్చేది!

భటుడు

వాస్తోహరుడు.

ఒకటవ అర్చకుడు

[పక్కవానితో నెమ్మదిగా] సోమనాథుని మాటలు భయము కలిగించడము లేదా?

వార్తాహరుడు

[ప్రవేశించి] స్వామీ, మ్లేచ్ఛుడు అజమీరు ముట్టడించి విశాల దేవుని సంహరించినాడు.

మహంతు

ఏమది, గజనీ ఏనా? నిరుడు అనంగపాలుడు చేసిన పరాభవము చాలక మళ్లీ తల ఎత్తినాడా? అజమీరు పట్టుబడ్డదా?

వార్తాహరుడు

లేదు. విశాలదేవ మహారాజు చనిపోయి నప్పటికీ ఆయన కుమారులు కోట సురక్షితముగా ఉంచినారు. లాభములేదని ముట్టడి విడిచి గజనీ బయలుదేరినాడు.

మహంతు

ఇప్పుడా ఘోరకిరాతుడు ఏవైపుగా వెళ్లుతున్నాడు?

వార్తాహరుడు

ఇటువైపే వస్తున్నట్లు తోస్తున్నది. మహామారివలె అతను అడుగుపెట్టిన చోటనల్లా భస్మము చేసుకుంటూ వస్తున్నాడు. ఆకస్మికముగా వచ్చిపడి సోమనాథ దేవాలయము దోచుకొని పోవలె నని అతని ఉద్దేశ మంటున్నారు.

మహంతు

అతని తరము కాదు! అతనివెంట సుమారు ఎంత సైన్య మున్నది?

వార్తాహరుడు

అశ్వికులు ముప్పదివేలు ఉంటారు. ఒంటెలూ అంతే ఉంటవి. కాల్బలము లేదు. అందువల్లనే రేపే సేన లిక్కడికి చేరుకోవచ్చునని తోస్తున్నది.

మహామంత్రి

ఈశ్వరేచ్ఛ! ఇంకా వార్తలు?

వార్తాహరుడు

గజినీ రాక విని చాముండా మహారాజు పదివేల కాల్బలములతో అన్హిలపురము విడిచి గూర్జర రాజ్యలక్ష్మిని మ్లేచ్ఛునికి పాదాక్రాంతను చేసినాడు. కొందరు పారిపోయినా డంటున్నారు. సోమనాథ రక్షణార్థము వస్తున్నాడని మరికొంద రంటున్నారు.

మహామంత్రి

మంచిది!

[వార్తాహరుడు నిష్క్రమించును.]

ఇది వితర్కములకు సమయము కాదు. మన మిప్పుడు కార్యశూరులము కావలెను. ఎవరి మనస్సులలో నైనా దేవాలయనిర్మాలము విషయము గాని, యథాస్థానంలో సోమనాథప్రతిష్ఠ విషయముగాని ఇంకా సందేహాలు గాని ఇక్కడ ఉన్నట్లయితే, అవి ఈ ఘోరవార్తతో శిథిల మైపోయి ఉంటవి.

సభ్యులు

అవును, అవును.

మహంతు

ఇప్పుడు దేవాలయంలో యాభైవేల సైన్యానికి ఆరునెలలకు సరిపోయే వస్తుసామగ్రి ఉన్నది. తక్షణము గోపురద్వారాలు మూయించుదాము. కందకాలలోకి సముద్రుణ్ణి ప్రవేశపెట్టుదాము. స్వామివారి సైన్యములు కాల్బలము ఐదువేలూ, రౌతులు ఒక ఐదువేలూ, ఒకవేయి గజాలూ ఉన్నవి. ఇంకా మన కిప్పుడు సహాయపడగల సేన లేమున్నవో ఎవరికైనా సరిగా తెలుసునా?

ఆరవ అర్చకుడు

ఉజ్జయినీ రాజపుత్రుడు ఐదువేల భటులతో ఇక్కడనే ఉన్నాడు. గాంధారసైనికులు వేయిమంది ఉన్నారు. సౌరంగ కాశ్మీ చూరి ఖాండేల రాజపురుషుల పరివారాలే ఐదువేలున్నవి.

రెండవ అర్చకుడు

ఇక వంగ కళింగ ఆంధ్ర చోళ కేరళ పాండ్యదేశములనుంచి వచ్చిన క్షత్రియుల పరివారాలే ఐదారువేలు కావచ్చును.

మూడవ అర్చకుడు

ఇంకా చిన్న చిన్న రాజపుత్రనాయకులు ఉండరా! ఇంకా సాయం చేయగలవారి నందరినీ సోమనాథరక్షణకు పూనుకో మందాము.

రెండవ అర్చకుడు

ఇంకా చాముండా మహారాజు పదివేల కాల్బలముతో రావచ్చును గదా! ఈ దేవాలయపు కోటలో ఉండే ఈ సేనలతో పదిమంది గజినీలను కూడా ధిక్కరించ వచ్చును.

ఆరవ అర్చకుడు

కోట వెడలి మ్లేచ్ఛాధముణ్ణి పారదోలడానికి మాత్రి మా సైన్యము చాలదా! అందులో శత్రుసైన్యము ప్రయాణముచేసి బడలి ఉంటుందికూడాను.

మహాంతు

మనము తొందరపడరాదు. ఇంత ఆకస్మికముగా అంతబలముతో వచ్చిన శత్రువునుండి మన దేవాలయము కాపాడుకుంటే చాలును. నెమ్మదిగా ఇతరరాజులకు వార్త లంపవచ్చును.

మూడవ అర్చకుడు

అవసరమైతే ఈ పవిత్రక్షేత్ర గక్షణార్థము బ్రాహ్మణులము కూడా పూనుకుంటాము. జయసోమనాథ!

నాల్గవ అర్చకుడు

ఇవి గంటమూ తాళపత్రములూ పట్టడమేగాని ఆరితేరిన చేతులైనప్పటికి సోమనాథుని దయవల్ల డాలూ కత్తీకూడా పట్ట నేర్చినవి.

మహాంతు

సంతోషమే, కాని మన కంత అవసర ముండదు. మీదుమిక్కిలి సోమనాథస్వామి బలముమీద మన మాధారపడవచ్చును. శారదాపీఠము జయించవలె నని కాశ్మీర మ్లేచ్ఛుడు రెండుసార్లు దండెత్తిమాత్ర మేమి చేయగలిగినాడు?

రెండవ అర్చకుడు

దేవాలయము ధ్వజస్తంభముపైని యుద్ధసూచకముగా రక్తధ్వజ మెత్తించవలెను!

వార్తాహారుడు

[ఇంకొకడు వేగముగా ప్రవేశించి] రాజధాని విడిచి సోమనాథ రక్షణార్థము చాముండా మహారాజు పదివేల కాల్బలముతో వస్తున్నాడు. మ్లేచ్ఛసైన్యములు బాణ వేగముతో వస్తున్నవి.

[జయీభవ సోమనాథ శబ్దములతో అందరూ నిలుచుందురు.]

మూడవ రంగము

[దేవాలయమును ముట్టడించిన మహమ్మదీయ సేనలు వెనుతీస్తున్నవి. కోటగోడలమీదినుంచి హిందువుల జయశబ్దములు వినబడుతున్నవి. కోటనుంచి వెనుకకు తిరిగి పోతూ నలుగురు మహమ్మదీయభటులు ప్రవేశింతురు.]

ఒకటవ భటుడు

ఇక్కడ నుంచే మన కిక మరణము తప్పదు.

రెండవ భటుడు

ఈ సైతాను రాతికి ఇంత శక్తి ఎక్కడిది!

మూడవ భటుడు

అల్లా మనను పరీక్ష చేస్తున్నాడు.

నాల్గవ భటుడు

సుల్తాన్ ఘాజీవద్దకు పూజారి వచ్చి "మిమ్మందరినీ సోమనాథుడు చంపుతా"డని బెదిరించినాడు.

రెండవ భటుడు

ఆమాటలకు కోపంతో వేసినవాళ్ల బాణాలలో నాబాణంతోనే వాడు మళ్లీ వెనక్కు తిరిగి చూడకుండా పారిపోయినాడు.

ఒకటవ భటుడు

కాని ఆ పూజారి మాటలే నిజమయ్యేట్లున్నవి.

నాల్గవ భటుడు

ఈ బ్రాహ్మణు లంతా సైతానుతో సంధి చేసుకున్నారు. సైతాను అల్లాతోనే పోట్లాడుతాడు. సైతానుతో మన మేమి గెలుస్తాము!

మూడవ భటుడు

మనకు శత్రువులతో కలిసిన సైతానువల్ల భయంలేదు. సైతాను మనలోనే ఉన్నాడు. మనము వాడికి భయపడవలె!

అందరూ

అల్లా!

మూడవ భటుడు

డబ్బంతా సైతాను. ఇస్లాము మతము స్థాపించడానికి మనము పోట్లాడవలె! గురు మహమ్మదు బోధలకోసము పోట్లాడవలె! అప్పుడే అల్లా మనకు సహాయం చేస్తాడు.

నాల్గవ భటుడు

అల్లా మనకు సహాయం చేస్తాడు.

మూడవ భటుడు

మన మిక్కడ డబ్బు కొల్లగొట్టుదా మని వచ్చినాము. ఈ దేవాలయంలో బంగారపు కుప్పలున్నవని ఆశతో వచ్చినాము. మతస్థాపనకు రాలేదు. అల్లా మనకు సహాయం చేయుడు.

రెండవ భటుడు

అల్లా మనకు సహాయం చేయడు.

మూడవ భటుడు

మనస్సుకు విశ్రాంతి ఇస్తుం దనే వంక పెట్టుకొని సురాపానము చేసి మనమీద అల్లా కోపించి కాఫర్లవైపు చేరినాడు.

ఒకటవభటుడు

అల్లా కోపించి కాఫర్లవైపు చేరినాడు.

రెండవ భటుడు

అల్లా దయ లేనిది రుస్తుమైతేమాత్ర మేం చేస్తాడు? [ముందువైపు చూచి] అల్లా!

నాల్గవ భటుడు

[అటువైపే చూచి] అల్లా! అమీన్ ఉల్ మిల్లాత్! [ఆవైపు నుంచి సుల్తాను ఘాజీ మహమ్మదూ గజ్నవీ ఇద్దరు అనుచరులతో ప్రవేశించును. ముగ్గురూ యుద్ధపు దుస్తులతో ఉన్నారు. సుల్తాను గజ్నవీ మనోహర రూపుడు, అత్యున్నత దేహుడు. అతను రాగా సేనలు సరు భటులూ పక్కకు ఒదిగి నిలుచుండి సంభాషణ సాగినతర్వాత నెమ్మదిగా కనపడీ కనపడకుండగా వంగి వంగి సలాములుచేస్తూ జారిపోతారు.]

గజ్నవీ

ఏమి టీవిప్లవము!

ఒకటవ అనుచరుడు

సిగ్గులేకుండగా ముసల్మానులు కాఫర్లకు వెనుక తగ్గుతున్నారు

రెండవ అనుచరుడు

గాలికి కొట్టుకొని పోయే ధూళి రేణువులవలె ఘాజీదాడికి చెల్లాచెదరయ్యే కాఫర్లు ఇప్పుడు చూపే ఉత్సాహము అర్థము కాకున్నది. వీళ్లు ఆకలి గొన్న తోడేళ్లవలె పోట్లాడుతున్నారు.

గజ్నవీ

మనము పోయిన సంవత్సరము అనంగపాలునితో యుద్ధములో నుండి తొలిగి పోవడము ఓడిపోవడ మనుకుంటున్నారు. అదంతా తమ విగ్రహపు మహత్త్వమని తలుస్తున్నారు కాబోలు. ఇంకా వాళ్లు బత్షికన్ శక్తి ఎరగరు. బడలి ఉన్న సేనలతో యుద్ధము చేయడానికి మే మిష్టపడ లేదని వాళ్లెరగరు.

ఒకటవ అనుచరుడు

కాఫర్లు!

రెండవ అనుచరుడు

[సైనికులవంక తిరిగి] అట్లా పారిపోతా రేమి? సిగ్గులేదా? ఇస్లాము జ్ఞాపకం లేదా? మన గురువు ఆజ్ఞ మరచిపోయినారా? పారిపోయేవాళ్లను అల్లా శిక్షిస్తాడు.

ఒకటవ అనుచరుడు

పారిపోయిన వాళ్లను సైతాను పట్టుకుంటాడు. గంధకపుమంటలో వేసి బొగ్గు కాకుండా నూనెతో తడుపుతారు! అమీన్ ఉల్ మిల్లాత్ మీకు ఇస్తున్న ఆజ్ఞ వినండి!

రెండవ అనుచరుడు

నరకానికి కూడా భయపడరా? అలీకంటె ధర్మాత్ముడైన సుల్తానును ఇల్లా విడిచి వెళ్ళుతారా?

గజ్నవీ

బాబులారా, మీకు వృధాశ్రమ వద్దు. లాభములేదు. వాళ్ళు వినేస్థితిలో లేరు.

రెండవ అనుచరుడు

అల్లా!

[కోటలోనుండి జయధ్వనులు వినవచ్చును.]

ఒకటవ అనుచరుడు

[కోపముతో కోటవైపు చూచి పళ్ళు కొరుకుతూ] కాఫర్లు!

గజ్నవీ

అల్లా, హొ, అక్బర్! [అని అకస్మాత్తుగా బిగ్గరగా అరచి మోకరించి వంగి, భూమిమీద శిరస్సు మోపి, చేతులు రెండూ కలిపి నిశ్శబ్దముగా ప్రార్థన చేస్తున్నాడు. అతను మక్కావైపు తిరిగినాడు. ఆవైపుగానే సోమనాథస్వామి ఆలయమూ లింగమూ ఉన్నవి. అతని అనుచరులుకూడా భక్తితో తలలు వంచుతారు. మహమ్మదీయులవైపు నిశ్శబ్దము. కాని కోటనుంచి ధ్వనులు వస్తున్నవి.]

కోటలోనుంచి ధ్వనులు

జయ సోమనాథ, జయ సోమనాథ!

చంపండి మ్లేచ్ఛుణ్ణి చంపండి!

[బాణవర్షము గజ్నవీ చుట్టూ పడును.]

కోటనుంచి సోమనాథుని గొంతు

వద్దు! వద్దు! సోమనాథుణ్ణి ధ్యానంచేస్తూ ఉన్న మ్లేచ్ఛుణ్ణికూడా చంపరాదు. అయ్యో! ఇక సోమనాథస్వామి మ్లేచ్ఛుని వశమౌతాడు.

కోటనుంచి వృద్ధురాలిగొంతు

సోమనాథస్వామి భక్తశరణ్యుడు!

[బాణవర్ష మాగిపోయినది. ఇంతలో సుల్తాను గజ్నవీ లేచినాడు అతని మనోహర మైనకళ్లలో దివ్యతేజస్సు ప్రకాశిస్తున్నది. అతని రూపమూ దివ్యపురుషునిదాని వలె కనపడగా అనుచరులు మరింత పక్కకు తొలిగి నిలుచుంటారు.]

గజ్నవీ

[నెమ్మదిగా, స్పష్టముగా, బిగ్గరగా, సగౌరవంగా, ఉదాత్త స్వరముతో] అల్లా ఆజ్ఞ ఐనది! మన కిక జయము తప్పదు!

అనుచరులు

అల్లా హో అక్బర్!

గజ్నవి

మీ రంతా విడిచి పోయినా ఘాజీ ఒక్కడే కాఫర్ల నందరినీ జయించగలడు!

అనుచరులు

[ఉద్రేకముతో] జయ బత్షికన్! ఘాజీ, సైఫ్ అద్దౌలా, యామిన్ అద్దౌలా, అమీన్ ఉల్ మిల్లత్, అమీర్, మహమ్మదు గజ్నవీ సుల్తాన్ జయ!

[ముసల్మాను భటులు నలుగురూ మళ్ళీ కోటపైపుకు ఉత్సాహముతో మళ్ళుతారు. తెర పడేటప్పటికి జయజయ సోమనాథ శబ్దములు దీన్ దీన్ ధ్వనులలో మునిగి అణగి పోతవి.] !

నాల్గవ రంగము

[దేవాలయములోపల నిలుచుండి మహంతూ ఇద్దరర్చకులూ సంభాషిస్తున్నారు.]

మహంతు

ఈ మ్లేచ్ఛసైనికులు సామాన్యులు కారు.

ఒకటవ అర్చకుడు

అబ్బా, వాళ్లు గుర్ఖ్షులు. వాళ్ల దేహాల చక్కదనమేమి!

రెండవ అర్చకుడు

పసినిమ్మపండువంటి శరీరచ్ఛాయ! ఎంత దీర్ఘకాయులు! వాళ్ల బాణప్రయోగ మత్యద్భుతముగా ఉన్నది. [మహంతువైపుకు తిరిగి] తమరుకూడా యుద్ధము ఆలోకిస్తున్నారా?

మహంతు

మేముకూడా చూస్తూనే ఉన్నాము. మన భటుల చాతుర్యము కూడా ప్రశంసార్హముగా ఉన్నది. శత్రువుల పచ్చదనము చూచి వాళ్లు నల్లనివాళ్లు కారని భయపడి పారిపోయేందుకు మన భటులు చౌద్ రాయివంటి వాళ్లు కారు.

[అర్చకులు నవ్వుకుంటారు.]

రెండవ అర్చకుడు

అందులో గాంధారవీరుల గభీరపరాక్రమము అగ్రగణ్యముగా ఉన్నది.

మహాంతు

అవును, వాళ్లు అనంగపాలునివద్ద అభ్యసించినవారాయె! కాని ఒకరి కండగా రెండవవాడుండి వంగసైనికులు చూపుతున్న అన్యోన్య సోదరభావము ఎంత చిత్రముగా ఉన్నదో చూచినారా?

ఒకటవ అర్చకుడు

అన్నిటికంటె ఆంధ్రవీరుల పౌరుషప్రదర్శనము ఉల్లాసకరముగా ఉన్నది.

మహాంతు

[చిరునవ్వుతో] అవును, వాళ్ల బాహుపరాక్రమమూ వాక్ప్రతాపమూ ఒకదానికొకటి తీసిపోవు!

[ముగ్గురూ పకపక నవ్వుకుంటారు.]

రెండవ అర్చకుడు

తెలివంటే తెలివి ఆచోళదేశ భటులది. వాళ్ళు నోరెత్తి మాట్లాడితే బుడబుడ ధ్వని పుట్టుతుంది.

మహాంతు

కాదు కాదు. రెండవ వేదానికి తల్లిఐన ద్రావిడభాష నట్లా హాస్య మాడరాదు.

ఒకటవ అర్చకుడు

మనకు నేడు జయము తప్పదు.

మహాంతు

[వికసించిన ముఖముతో] ఏమో, సోమనాథస్వామివారికటాక్షము!

భటుడు

[ప్రవేశించి] జయీభవ సోమనాథ! దేవరా, మహమ్మదీయ సైన్యములు వెనుదిరుగుతున్నవి.

[అంతా సంతోషము వెలిపుత్తురు. భటుడు నిష్క్రమించ బోతూ ఉండగా మహాంతు అతని కొక సువర్ణపుష్పము పారితోషిక మిచ్చును. భటుడు వందనము చేసి స్వీకరించి నిష్క్రమించును.]

మహాంతు

[ప్రఫుల్లనేత్రములతో] మన భయము తీరినది.

ఒకటవ అర్చకుడు

పిచ్చి సోమనాథుని కేకలవల్ల కలిగిన హృదయాందోళనము చల్లారినది.

రెండవ అర్చకుడు

కాస్త విశ్రాంతి తీసుకుందాము.

[జయ సోమనాథ! అంటూ ముగ్గురూ కూర్చుంటారు. సోమనాథుడు ప్రవేశించును.]

సోమనాథుడు

నా మాటలు నిజ మయ్యే సమయము వచ్చినది!

మహాంతు

దుష్టుడా, ఏమి టా మాటలు!

సోమనాథుడు

ఈ దేవాలయమును సోమనాథుడు నిర్మూలించ బోతున్నాడు.

మహాంతు

[కోపముతో] నీకు మతి భ్రమించిన దని జాలి తలచక పోతే నీ విప్పు దన్న మాటలకు నీ జిహ్వా ఛేదించ వలె!

ఒకటవ అర్చకుడు

సోమనాథా! నీ కేమి టీవెఱ్ఱి!

రెండవ అర్చకుడు

మ్లేచ్ఛులు ఓడిపోవటము నీకళ్ళకు మంటగా ఉన్నదా?

సోమనాథుడు

అన్నలారా, మీ కీకోప మెందుకు? ఇప్పుడు మ్లేచ్ఛుల పక్షమైనాడు సోమనాథస్వామి. మొదట వాళ్ళు పారిపోయిన మాట నిజమే.

మహాంతు

[భయముతోనూ కోపముతోనూ] అయితే ఇప్పుడు?

సోమనాథుడు

ఆ శబ్దము వినండి!

[దీన్! దీన్! అని ముసల్మానుల కేకలూ, మధ్యమధ్య ఆలయపు గోడలనుంచి ఆర్తనాదములూ విన వస్తున్నవి.]

మహంతు

[తొట్రుపాటుతో] ఏమి ఇది!

ఒకటవ అర్చకుడు

నేను పోయి చూచి వస్తాను. [నిష్క్రమించును.]

సోమనాథుడు

మొదట మ్లేచ్ఛులే పారిపోతున్నారు. కాని అప్పుడు వాళ్ల ప్రభువు సోమనాథునికి ఎదురుగా సాష్టాంగ ప్రణామము చేసి తదేక ధ్యానముతో ప్రార్థించినాడు.

రెండవ అర్చకుడు

ఏమి! ఆ మ్లేచ్ఛప్రభువే సోమనాథేశ్వరునికి దాసుడైనాడా?

మహంతు

ఐతే ఈ యుద్ధపు కేక లేమిటి?

సోమనాథుడు

అది ఈశ్వరేచ్ఛ! భక్తాధీనుడు మ్లేచ్ఛుల వశమైనాడు. వాళ్లకే జయ మిస్తా నని వాగ్దత్తము చేసినాడు.

మహంతు

నీ ఉన్మత్త ప్రలాపాలు చాలించు. దేవాలయధ్వంసి అనీ విగ్రహధ్వంసి అనీ పేరుపడ్డ ఈ గోహంతకు సోమనాథస్వామి వశుడైనాడా?

సోమనాథుడు

అవును. భక్తులు తనకు స్వేచ్ఛాభంగము కలిగించినప్పుడు తన దేవాలయ ధ్వంసము కోసమూ విగ్రహధ్వంసము కోసమూ స్వామి మ్లేచ్ఛులను ఆశ్రయించినాడు.

మహాంతు

ఛీ, నీ నోటి కడ్డు లేకున్నది!

రెండవ అర్చకుడు

ఏవో నాలుగుమాట లెక్కడో పట్టుకొని విసుగు లేకుండా వాగుతున్నావు.

[ఒకటవ అర్చకుడు ప్రవేశించును.]

మహాంతు

[ఆతురతతో] ఏమిటి విశేషాలు?

ఒకటవ అర్చకుడు

నిజమే. మ్లేచ్ఛులు పారిపోతుండగా మన సైనికులు కోటగోడ విడిచి వాళ్ళమీద పడడానికి ఉద్యుక్తు లవుతున్నారు. అంతలోనే మార్పు జరిగింది. యుద్ధరంగములో నిశ్చయముగా గజినీ సాష్టాంగపడి సోమనాథుని ప్రార్థించినాడు. అప్పు డతనిమీద మన సైనికులు కురిపించిన బాణవర్షము పూలవానవలె ఐపోయినది. మళ్ళీ మ్లేచ్ఛుడు లేచేటప్పటికి అతను దివ్య పురుషునివలె కనపడ్డాడు.

మహాంతు

మ్లేచ్ఛుడా దివ్యపురుషునివలె కనపడ్డాడా?

రెండవ అర్చకుడు

మ్లేచ్ఛుడే?

ఒకటవ అర్చకుడు

అవునన్నను. ఈ సాయంకాలమందు అతను మధ్యందిన మార్తాండునివలె వెలుగుతున్నాడు. పారిపోతున్న మ్లేచ్ఛసేనలు వెనుకకు మళ్లినవి. వాళ్లకందరికీ నూతనోత్సాహము కలిగినది. వాళ్లిప్పుడు మానవాతీతులుగా కనపడుతున్నారు.

రెండవ అర్చకుడు

ఇదంతా ఏమో వింతగా ఉన్నదే.

ఒకటవ అర్చకుడు

వాళ్లశక్తి దైవశక్తిగా కనపడుతున్నది. దుర్ధర్షులైనారు. వాళ్లధాటికి మన సేనలు ఆగలేకున్నవి. మన సైనికులు నీరసులుగా కనపడుతున్నారు.

మహంతు

ఇదంతా ఏమో పీడకలలాగా ఉన్నది.

రెండవ అర్చకుడు

పోయి వస్తాను. [నిష్క్రమించును.]

ఒకటవ అర్చకుడు

మన కిక జయము లభించడము కష్టతరము. ఆంధ్రవీరులుకూడా నోట ఒక్క వాక్కైనా ఉచ్చరించడము లేదు. చోళులు పక్కకు ఒదుగుతున్నారు. ఒక్క గాంధార సైనికులే యుద్ధభారము వహి

స్తున్నారు. వాళ్ల సంఖ్యకూడా నెమ్మదిగా క్షీణిస్తున్నది. వాళ్లు వెనకంజవేసిన క్షణమే దేవాలయము మ్లేచ్ఛులవశ మవుతుంది.

మహాంతు

[ముఖాన నెత్తురుబొట్టు లేదు.] దేవాలయంలోని ధనరాసు లన్నీ సురంగముగుండా అవతలికి చేర్పించుము. వీలయిన దళ్లా తీయించేట్లు చూడవలె!

[ఒకటవ అర్చకుడు నిష్క్రమించును.]

సోమనాథుడు

[ఇంతవరకూ మౌనముగానూ గంభీరముగానూ ఉన్నాడు.] ఇప్పుడైనా నామాటలు వినరాదా?

మహాంతు

[ఆందోళనముతో] ఈసమయంలో నీవు గోలపెట్టకు! నీకోరికే ఫలిస్తుందేమో!

సోమనాథుడు

స్వామీ! అంతకోపము వద్దు. స్వామిలింగమునిమిత్తమైనా దయ లేదా?

మహాంతు

ఛీ! దురాత్ముడా! నీవు మొదటినుంచీ శకునపక్షిలాగా పొంచినావు. నీశక్తే సఫలమవుతున్నది.

భటుడు

[ప్రవేశించి] ద్వారములవద్ద యుద్ధము భయంకరముగా ఉన్నది. గజనీ ప్రాగ్ద్వారమువద్ద ఉన్నాడు. అది కొద్దిసేపటిలో భగ్నమయ్యేట్లున్నది. [నిష్క్రమించును.]

మహాంతు

[కళ్ళుమూసుకొని] అయ్యో! సోమనాథస్వామీ! భక్తులమీద దయలేదా? మాప్రయత్నాలన్నీ వ్యర్థముచేస్తావా? ఒక్కసంవత్సరకాలములోనే భరతవర్షమంతా వ్యాపించిన నీకీర్తి ఇంతటితోనే అడుగంటవలెనా? కాశీవిశ్వనాధునికంటె నీదేవాలయము భువనప్రశస్తి కలదాన్ని చేయదలచుకున్నానే! నా ఉద్దేశాలన్నీ ఇట్లా మూలచ్ఛేదము చేయదలచుకున్నావా!

సోమనాథుడు

[జాలితో అర్ధనిమీలిత నేత్రములతో] అయ్యో! పిచ్చిభక్తుడా!

మహాంతు

[తలఎత్తి] ఎవరది?

సోమనాథుడు

నేను. సోమనాథుణ్ణి.

మహాంతు

దేవా! మాఅనర్థకమప్పు!

భటుడు

[ప్రవేశించి] ప్రాగ్ద్వారము పగిలిపోయినది. ద్వారములోనుంచి మ్లేచ్ఛులను రానీయకుండా మన సైనికులు అడ్డగిస్తున్నారు. చీకటి పడకముందే కోట శత్రువులకు స్వాధీనము కావచ్చును. [నిష్క్రమించును.]

మహాంతు

దుర్వార్తపైన దుర్వార్త! స్వామీ! ఎంతలో ఎంత పనది! సూర్యభగవానుడా! ఒక్క గడియ ముందుగా అస్తమించి ఈ దేవాలయాన్ని రక్షించరాదా?

సోమనాథుడు

ఇప్పుడైనా స్వామిలింగము ఇక్కడినుంచి తీయించరాదా? ఇప్పటికైనా ఈశ్వరేచ్ఛ మీకు గోచరించడము లేదా!

మహాంతు

ఓయీ దుర్ముఖా, నీ ముఖము నాకు కనపరచక అవతలికి పో!

సోమనాథుడు

[నమస్కరించి] వ్యర్థరాద్ధాంతానికి ఇది వేళ కాదు. మనము గర్వించే సమయము దాటి పోయినది. శత్రువు ద్వారము వద్ద సింహమువలె గర్జిస్తున్నాడు. ఇప్పటికైనా సోమనాథుణ్ణి యథాస్థానంలో ప్రతిష్ఠించి తిరిగి మనసు ప్రసన్నుణ్ణి చేసుకోరాదా?

మహాంతు

[కొంచెము శాంతముగా] శిల్పులు లింగము ఆకాశంలో బంధించినారు. దేవాలయము నిర్మూలిస్తే కాని ఆలింగ మిప్పుడు కదల్పలేము!

సోమనాథుడు

అయ్యో! అందువల్లనే సోమనాథస్వామి అల్లాపరితపించినాడు! మనకు స్వామిలింగముకంటె దేవాలయ మెక్కువా?

మహాంతు

[ఒక కన్నీటి బొట్టు విడుస్తూ] కాని, చేతులారా ఇంతచక్కని దేవాలయము పడగొట్టించడ మెట్లా? ఇటువంటి దివ్యమందిరము ఈలోకంలో నిర్మించడము మళ్లీ మానవమాత్రులకు సాధ్యమవుతుందా?

భటుడు

[ప్రవేశించి] మ్లేచ్ఛులు ఈశ్వర ధ్వజము విరిచివేసి అర్ధచంద్రుడు వెలుగుతున్న తమధ్వజము ఎత్తినారు. ఈశ్వరధ్వజము ధూళిలో పొరలాడుతున్నది. [నిష్క్రమించును.]

మహాంతు

మ్లేచ్ఛులది అర్ధచంద్ర ధ్వజమా? అది సోమనాథుని చిహ్నమే గదా! ఇదంతా ఏదో కలగా ఉన్నది. ఏమి తీవ్రచండవాయువు!

సోమనాథుడు

మా సంప్రదాయముల ధ్వజ మదుగో! చండవాయుతాడనచే భ్రమిస్తూ అది ఈ సంధ్యాకాలంలో తాండవించే మహానటుని శిరస్సువలె

కనిపిస్తున్నది. అయితే స్వామి లింగమును తీసివేయడము విషయమేమిటి? నేను అంత్యక్షణముదాకా విడవదలచుకోలేదు.

మహాంతు

[చేతులు వేలవేసి] సోమనాథా, నీమాటలు మొదటనే వినవలసినది! మందిర నిర్మాణము తలపెట్టిన తర్వాత మరేవిధామనస్సుకెక్కలేదు. దుర్వ్యసనమువలె అది వృద్ధిపొందినది. ధర్మాధర్మ విచారణకూడా వదలినాను. ఇప్పుడింకేమున్నది? సోమనాథలింగముకూడా ఈ దేవాలయానికి బలి ఇయ్యవలసినదే!

సోమనాథుడు

అయ్యో!

మహాంతు

గర్వాతిశయంతో మిట్టిపడినంతసేపూ సోమనాథునికి తెచ్చిపెట్టుతున్న అపాయ మూహించలేక పోయినాను. మ్లేచ్ఛులు కోటలో ప్రవేశించినారు! ఇప్పుడిక దేవాలయము పడగొట్టించే వ్యవధి మాత్ర మేదీ?

సోమనాథుడు

వ్యవధి ఉన్నంతసేపూ ఊరుకున్నాము.

మహాంతు

వ్యవధి ఉన్నంతసేపూ గెలవగల మనే ఆశకూడా ఉన్నది. అంతసేపూ తన ధనరాసులు చూసి సంతోషించే లోభి సామెతగా ఉన్నాను. ఇప్పుడంతా ఐపోయినది!

సోమనాథుడు

అయితే సోమనాథధ్వంసమే సోమనాథుని విజయము! జయ సోమనాథ! [నిష్క్రమించును.]

భటుడు

[వెంటనే ప్రవేశించి] ఉత్తరద్వారమూ పశ్చిమ ద్వారమూ కూడా పగిలిపోయినవి. మిడతలదండువలె మ్లేచ్ఛులు లోపల ప్రవేశిస్తున్నారు. దేవాలయపు ఆవరణంలో యుద్ధము జరుగుతున్నది. అడుగడుగునా క్షత్రియ యోధులు తమ ప్రాణాలు బలి ఇస్తున్నారు. [నిష్క్రమించును.]

సుహాంతు

సౌరాష్ట్రపైన దుర్వార్త వస్తున్నది! ఈదివ్యమందిరము పిశాచమువలె ఇంతపవిత్రరక్తము బలికోరుతుందనుకోలేదు. నిన్ననే ఈశ్వరుని అంతవైభవము చూసిన కళ్లతో నేడీస్థితి చూడవలసి వచ్చినది. మానవులచేతులలో చిక్కినతర్వాత మహేశ్వరుని సంపత్తుకు కూడా చాంచల్య మేర్పడినది.

ఒకటవ అర్చకుడు

[ప్రవేశించి] తీసివేయగల అమూల్యవస్తువు లన్నీ తీసివేయించి సురంగములోనే దాచి పదిలపరిచినాము. ఆబంగారపు గంటలూ రత్నాలు పొదిగిన వాహనాలూ తీయించ సాధ్యము కాలేదు. [నిష్క్రమించును]

రెండవ అర్చకుడు

[వెంటనే ప్రవేశించి] ప్రాణాలమీద ఆశ ఉంటే మనము పారిపోవలె! సైనికులు చెల్లాచెదరైనారు. మ్లేచ్ఛులిటువైపే వస్తున్నారు. ఇంకా పడవల వద్దకు చేరుకోడానికి వ్యవధానమూ వీలూ ఉన్నది.

మహాంతు

నేను పారిపోను. నా జీవితములో పెట్టుకున్న ఆదర్శము ఈ రీతిగా వికలమవుతున్నది. చివరవరకూ సాధించికాని ఊరుకోను. [నిశ్చలముగా కూర్చుండును].

[రెండవ అర్చకుడు ఉత్తర మీయకుండగా నిష్క్రమించును.]

భటుడు

[ప్రవేశించి] మన సైనికులు పారిపోతున్నారు. స్వామీ! కన్నీళ్ళు విడవవద్దు!

మహాంతు

అవును. కన్నీళ్ళు విడవను. నేనిక శాంతము వదలను. నీవు కూడా పారిపోతావా?

భటుడు

ప్రాణముండగా ఈ సేవకుడు స్వామిసన్నిధిని విడిచిపోడు!

మహంతు

మంచిది. నీవు పోయి గర్భాలయంలో నున్న ఆలయంలో ఎక్కడా దీపమనేది లేకుండా చేసిరా!

భటుడు

చిత్తము. [నిష్క్రమించును.]

[మహంతు నిశ్చలముగా కూర్చుంటాడు. ముసల్మానుల దీన్! దీన్! శబ్దములతో దేవాలయము అదురుతూ ఉంటుంది. తెర పడుతుంది.]

ఐదవ రంగము

[దేవాలయపు మెట్లెక్కుతూ అనుచరునితో భటులతో సుల్తాను మహమ్మదు గజ్నవీ ప్రవేశించును. అనుచరుడు చక్కని గండ్ర గొడ్డలిని గౌరవముతో తీసుకొని వస్తున్నాడు.]

గజ్నవి

[ఆశ్చర్యముతో] ఏమి ఈ విగ్రహపు ఐశ్వర్యము!

అనుచరుడు

అల్లాకంటె సైతానుకు ఐశ్వర్య మెక్కువ. స్వభావంలో లేని గుణాన్ని రూపంతో కప్పి పుచ్చవలె!

గజ్నవి

పిరికిభటుడు అమూల్య మైన ఖడ్గము చేత ధరించినట్లు.

అనుచరుడు

అనాకారివాడు వెలగల దుస్తులు ధరించి ఎప్పుడూ అత్తరు వాసనలు గుప్పుగుప్పున చిమ్మేటట్లుగా ఉంటుంది ఈ వైభవము.

గజ్నవి

ఇదంతా ఎంత చక్కగా చలవరాళ్లతో తాపడం చేసినారు!

అనుచరుడు

షంపలు కనపడుతున్నవి. ఈ విగ్రహాన్ని ఆరాధించబోయే కాఫర్ల నీడ లీరాళ్లలో ప్రతిబింబించి వాళ్లను హేళనచేస్తూ ఉండేవి కాదు కాబోలును!

గజ్నవీ

ఎక్కడ అడుగు పెట్టితే అక్కడ మాసిపోయేట్లున్నది. [అని గజ్నవీ నెమ్మదిగా అడుగులు పెట్టును. అనుచరుడు ముఖములో అయిష్టభావము వెలిబుచ్చును.]

గజ్నవీ

[అనుచరుణ్ణి లెక్కచేయక] ఈ మనోజ్ఞమందిరము కూడా నిర్మూలము చేయవలసినదేనా! భీమనగరులో దొరికిన గజతల్పమువలె దీనిని మడిచి తీసుకొనిపోయే వీలుంటే ఇది గజ్నవీపట్టణానికి శోభాయమానంగా ఉంటుంది.

అనుచరుడు

అల్లా కోరికే ఆ మహాత్ముని సేవకులకు ఆజ్ఞ. అల్లా బానిసలది శిరస్సున ధరించవలె.

గజ్నవీ

పక్కన ఆ కోనేట్లో ఈ మందిరము అస్పష్టంగా ప్రతిఫలించి ఎంత అందంగా ఉన్నది! ఇటువంటి కోనేళ్లలోనే ప్యాకీలు స్వర్గంలో స్నానాలు చేస్తారు.

[దేవాలయ ద్వారము చేరినారు. లోపలంతా గాఢాంధకారము. చీకటి చూసి మొదట కాస్త అనుమానించి మళ్ళీ గజ్నవీ ఉపక్రమించబోతున్నాడు.]

అనుచరుడు

సుల్తాన్, ఇప్పుడు చీకటి పడినది. శత్రువులు ఈ చీకటిలో నక్కి ఉన్నారేమో. జయము ఘాజీకే లభించినది గదా. రేపటి దాకా ఆగి పిమ్మట అమీర్ ఉల్ మిల్లాత్ లోపలికి వెళ్లడము మంచిదేమో.

గజ్నవి

నిజమే కాని అల్లా ఆజ్ఞ తక్షణము నిర్వర్తించవలె. ఒక్క నిమిషము కూడా ఆగకుండా ఈ విగ్రహము పగలగొట్టవలె నని బత్షికన్‌కు ఉత్సాహముగా ఉన్నది.

అనుచరుడు

ఐతే కాగడాలు వెలిగించి భటులు తెచ్చేదాకా ఆగుదాము. ఒరే, కాగడాలు త్వరగా తీసుకురండి.

[కొంతమంది భటులు కాగడాలు తేవడానికి నిష్క్రమింతురు.]

గజ్నవి

కాగడాలు వాటితోవను అవి వస్తూ ఉంటవి. అవి వచ్చేదాకా ఉండే వీలు లేదు. ఈ అద్భుత దేవాలయము చూసినకొద్దీ విగ్రహంము చూసి బద్దలుచేయవలె నని తొందర ఎక్కువ వవుతున్నది.

అనుచరుడు

అయితే భటులను కొందరిని ముందు లోపలికి పంపుదాము.

[భటులు ముందూ, వాళ్ళ వెంట అనుచరునితో గజ్నవి ఆలయంలో ప్రవేశిస్తారు.]

అనుచరుడు

ఈ కాఫర్లు తమ నిర్జీవపు దేవుడికి గోరీ కట్టినట్లుగా ఉన్నది.

గజనీ

కన్ను పొడుచుకుంటే కానరాకున్నది.

అనుచరుడు

ఈ విగ్రహాలను కొలిచే కాఫర్లు చచ్చిపోయినతర్వాత పోయే నరకద్వార మిట్లాగే ఉంటుంది.

గజనీ

అవును, కటిక చీకటిగా ఉన్నది. అర్చకులు దీపాలు ఆర్పివేసి పోయినారు. వాళ్ల జయదేవతతోనే ఈ దేవాలయపు కాంతి దేవత కూడా పారిపోయినది.

అనుచరుడు

విగ్రహము ఉండే చోటికి దోవ ఏదో తెలియడం లేదు.

భటులు

జహాపనా, ఇటు, ఇటు, అటు వైపునుంచి వెలుగు వస్తున్నది.

అనుచరుడు

జాగ్రత్తగా నడవండి. అక్కడ శత్రువులు లేకుండా చూడండి.

[దీపపు వెలుతురు వచ్చిన వైపుగా వెళ్లి అంతా గర్భాలయము సమీపిస్తారు.]

చీకటిలో ఎవరో

గజనీ! గజనీ!

గజ్నవీ

ఎవ డంత స్వతంత్రించి పిలవ సాహసించేది?

అనుచరుడు

సైఫ్ అద్దౌలా ఘాజీని అట్లా పిలుస్తున్న ఆకాశభైరవుణ్ణి చంపండి.

గజ్నవీ

తొందర వద్దు. [ధ్వని వంక తిరిగి] ఈ చీకటిలో దొంగవలె ఉండి నన్నెందుకు పిలిచినావు?

ధ్వని

నీ మేలు కోరే మిత్రుణ్ణి. చెప్పే మాటలు విను. ఇప్పటికే మా సోమనాథస్వామికి కోపము వచ్చినది. ఇంతటితో నైనా వెనక్కు పో. గర్భాలయంలోకికూడా ప్రవేశించినావా, ఆపైన ఈశ్వరుడు భరించలేడు. భస్మమై పోతావు!

[అంతా నవ్వుతారు.]

గజ్నవీ

నా మిత్రుడా! నీవు నాకుకంటె నీ విగ్రహానికి మిత్రుడవుగా కనపడుతున్నావు!

ధ్వని

తర్వాత పశ్చాత్తాపపడి లాభ ముండదు.

గజ్నవీ

నే నిప్పటికి తొమ్మిదివందల తొంభైతొమ్మిది దేవాలయాలలో ప్రవేశించి విగ్రహాలు నాశనము చేసిఉన్నాను. దీనితో నా మొక్కు చెల్లిపోతుంది. నీవు చెప్పే పాఠము నాకు కొత్తది కాదు.

[అంతా నవ్వుతారు. గర్భాలయద్వారము చేరి గజ్నవీ ఆలయమంతా పరీక్షిస్తున్నాడు. తొమ్మిది అడుగుల ఎత్తుగల సోమనాథ లింగము ఆలయమధ్యమందు ఆకాశంలో ఆధారం లేకుండా నిలిచి ఉన్నట్లు పక్కను వెలుగుతున్న అఖండపుమంట వెల్తురులో స్పష్టముగా కనపడుతుంది. పక్కనే ధ్యానవ్యగ్రుడై ఉన్న మహంతు ఉదాత్తరూపము కానవస్తుంది. గజ్నవీ ఆలింగము చూచి ఆశ్చర్యముతో ఒక అడుగు వెనక్కు వేస్తాడు.]

మహంతు

[గంభీరముగా] ఎవరో వారు! లోపలికి రాకూడదు.

అనుచరుడు

[గజ్నవీకి గండ్రగొడ్డలి అందిస్తూ] కాఫర్! సుల్తాన్ ఘాజీ బత్షిపకజ్ఞాను రాగూడ దనడానికి నీ వెవ్వడవు?

గజ్నవీ

ముందీ చందనపు కవాటము పదిలపరచండి. గజ్నవీలో మా మందిరానికి పనికి వస్తుంది.

[భటులా ప్రయత్నముమీదనే ఉంటారు.]

మహంతు

[నిశ్చలముగా] ఎవరైనా ఈ ఆలయంలో ప్రవేశించడానికి హక్కు లేదు.

గజ్నవీ

[గండ్రగొడ్డలి అందుకుంటూ] అల్లా సేవకుడైన అమీర్ ఉత్ మిల్లాత్ హుకుమ్‌ను కాదనగలవాళ్లెవరు?

[అంటూ ఉద్రేకముతో లింగమును సమీపించి అల్లా, హో అక్బర్! అంటూ కేకవేసి వెంటవెంటనే బలముకొద్దీ మూడుసార్లు గండ్రగొడ్డలితో లింగమును కొట్టును. చప్పుడవుతుందే కాని లింగము బీటుకూడా పారదు. గజ్నవీ నిర్విణ్ణుడై నిలుస్తాడు.]

మహంతు

ఇంతటితోనైనా మాస్వామి మహత్త్వము తెలుసుకొని ఇక్కడనుంచి పారిపో! లేకపోతే నీప్రాణాలు దక్కవు.

[ప్రయత్నము ముమ్మారు విఫలము కావడంచేత గజ్నవీకి ఉన్మాదము కలుగుతుంది. అనుచరుడూ భటులూ భయముతో వణుకుతారు. ఇంతలో "దీన్, దీన్!" అంటూ భటులు కాగడా లుతీసుకొని వస్తారు. అప్పుడు తిరిగి వచ్చిన ఉత్సాహముతో ఇక్కడి భటులూ అనుచరుడూ "దీన్, దీన్!" అని కేకలువేస్తారు. ముసల్మాను భటులు కాగడాలు పట్టుకొని లింగముచుట్టూ నిలుచుంటారు.]

గజ్నవీ

ముందు మీరీ దేవాలయము ధ్వంసము చేయండి!

మహంతు

మీరు కూడిపోతారు సుమా!

గజ్నవీ

[కోపముతో] నీవు నోరు మూసుకొని యివతల ఉండు!

[ఇంతలో భటులు దేవాలయపుగోడలు బద్దలుకొట్టుతూ ఉంటారు. దక్షిణపువైపు గోడ కొంచెము సందిచ్చినది. వెంటనే అటువైపుకు లింగము ఒరుగుతుంది "సైతాన్!" అని మహాసంతోషముతో ముసల్మాను భటులు అరుస్తారు.]

మహాంతు

[ఆపాదమస్తకము వణుకుతూ] గజనీ! ఇంతచక్కని దేవాలయము నాశనము చేసినావు! ఇంతటితో నీకు తృప్తిలేదా?

గజ్నవీ

ఈవిగ్రహముకూడా పగలగొట్టి నా మొక్కుతీర్చుకొని కాబా వద్ద కానికలు అర్పించవలె. అప్పుడే నాకు తృప్తి!

మహాంతు

బాగా ఆలోచించుకో! ఇంతటితో విడిచిపోతే నీకు కోటిసువర్ణాలూ లెక్కలేనన్ని రత్నాలూ యిస్తాను.

గజ్నవీ

[కొంచెము యోజించి] నేను నగరకోటలో ఏడులక్షల సువర్ణాలూ ఏడువందల మణుగుల వెండీ రెండువందల బంగారపు కడ్డీలూ లెక్కలేనన్ని మణులూ కొల్లగొట్టి తీసుకొనిపోయినాను.

మహాంతు

అబ్బా! ఏమి ఈమ్లేచ్ఛుని ఆశ! ఇతను చనిపోయినా ఇతనికన్న బంగారము కోసము వెదుకుతూ గుడ్లల్లో తిరుగుతూ ఉంటాడు! దానికి పదిరెట్లుధన మిస్తాను. ఇంకొక లింగ మెక్కడ నైనా పగలగొట్టి నీ మొక్కు తీర్చుకోవచ్చును. కాదు, నీకు నగరకోటలో దొరికినదానికి నూరంతలు ఇస్తాను. ఇంతటితో దేవాలయము విడిచిపో!

[గజినీ కొంచె మనుమానిస్తాడు. ఇంతలోకే గోడ ఉత్తరపు వైపు కూడా కొంతపడగా లింగము మరింత కుంగుతుంది. మహమ్మదీయులు ఆవేశంతో "అల్లా ఆజ్ఞ దాటగూడదు!" అని అరుస్తారు.]

మహమ్మదీయభటుల కేకలు [మళ్లీ]

అమీన్ ఉల్ మిల్లాత్! ఘాజీ! బత్షికన్! బత్షికన్!

అనుచరుడు

[బిగ్గరగా] అల్లా ఆజ్ఞ! బత్షికన్!

గజ్నవి

[తలయెత్తి రాజఠీవితో స్ఫుటంగా] నేను విగ్రహధ్వంసకుణ్ణి కాని విగ్రహాలు అమ్మేవాడను కాను!

మహమ్మదీయ భటులు

జయ బత్షికన్! జయ బత్షికన్!

[మహంతు చేతు లెత్తుకొని రోదనము చేస్తూ వెళ్ళిపోతాడు. గజ్నవీ గండ్రగొడ్డలితో మళ్లీ ఒక్క దెబ్బ కొట్టగానే లింగము మూడు వక్కలుగా పగిలి అందులోనుంచి రత్నరాసులు జారుతవి. వాటిని చూడగానే గజ్నవీ ముఖము వికాసము పొందుతుంది. మహమ్మదీయుల "దీన్! దీన్!" ధ్వనులతో సోమనాథుని "జయీభవ సోమనాథ!" అనే ధ్వనికూడా వినబడుతుంది]

గజ్నవీ

ఇంకా దేవాలయంలో ఉన్న వస్తువు లన్నీ ఒంటెల కెత్తండి. ఈ మూడు విగ్రహపు తునకలూ గౌరవంతో ఉంచండి. గజ్నవీ మక్కా మదీనా మసీదులలో ఇవి బత్తికన్ కీర్తి శాశ్వతముగా చాటుతూ ఉండవలె!

అనుచరుడు

పాపము! తననే రక్షించుకోలేని దేవుడు భక్తుల నేమి రక్షిస్తాడు!

సోమనాథుడు

[ప్రవేశించి] జయ జయ విగ్రహధ్వంసక!

స్వధ్యకాలు

[ప్రవేశించి] జయ జయ విగ్రహధ్వంసక!

[తెరపడుతుంది. జయజయధ్వనులూ 'దీన్ దీన్' అన్ కేకలూ కొంతసేపటివరకూ వినపడతవి.]

ఆరవ రంగము

[శిథిలమైన దేవాలయపు ఆవరణము. అక్కడక్కడ శవాలూ నెత్తురు మడుగులూ భయంకరంగా ఉన్నవి. అది శ్మశానమువలె కనపడుతూ బీభత్సంగా ఉన్నది.]

[మొదటి రంగములో వచ్చిన ముగ్గురు పౌరులూ, వృద్ధురాలూ, సోమనాథుడూ అర్ధదిగంబరవేషాలతో నృత్యము చేస్తూ ఉంటారు. మధ్య పారశీకుడు కూడా కొంతసేపు కనపడిపోతాడు.]

ఒకటవ పౌరుడు

జయీభవ సోమనాథ!

రెండవ పౌరుడు

దిగ్విజయీ భవ దిగంబర!

మూడవ పౌరుడు

వందే శ్మశాన సంచర!

వృద్ధురాలు

వందే మాయా తామస హర!

సోమనాథుడు

శూల పినాక భయానక వందే!

www.ingramcontent.com/pod-product-compliance
Lightning Source LLC
LaVergne TN
LVHW020125220825
819277LV00036B/577
* 9 7 8 1 0 2 2 2 3 5 2 1 2 *